AF669748

पायी चालणार

प्रफुल्ल शिलेदार यांची प्रकाशित पुस्तके

कविता संग्रह

स्वगत (१९९३)

जगण्याच्या पसाऱ्यात (२००६)

पायी चालणार (२०१७)

हरवलेल्या वस्तूचं मिथक (२०२३)

अनुवाद

पूल नसलेली नदी (मानसी यांच्या मल्याळी कथांचे अनुवाद - २००९)

संशयात्मा (ज्ञानेंद्रपति यांच्या हिंदी कवितासंग्रहाचा अनुवाद - २०१३)

जास्तीचे नाही (विनोदकुमार शुक्ल यांच्या हिंदी कवितासंग्रहाचा अनुवाद - २०१३)

दगड भिरकापू लागलोय (चंद्रकांत देवताले यांच्या हिंदी कवितासंग्रहाचा अनुवाद - २०१९)

संपादित

आदिवासी साहित्य आणि अस्मितावेध (भुजंग मेश्राम यांचे लेख व भाषणे - २०१४)

सांध्यसूक्ते (२००४), शुभवर्तमान (२०१७) - ना. वा. गोखले यांची कविता

हिंदी कवितासंग्रह

पैदल चलूंगा (२०१७)

पायी चालणार

प्रफुल्ल शिलेदार

पॉप्युलर प्रकाशन, मुंबई

पायी चालणार
(म-१२५८)
पॉप्युलर प्रकाशन
ISBN 978-81-7991-898-2

PAYEE CHALNAR
Prafull Shiledar
(Marathi : Poetry)

पहिली आवृत्ती : २०१७/१९३८
दुसरे पुनर्मुद्रण : २०२१/ १९४३
तिसरे पुनर्मुद्रण : २०२४/ १९४५

मुखपृष्ठ : सरदार जाधव

प्रकाशक
अस्मिता मोहिते
पॉप्युलर प्रकाशन प्रा. लि.
३०१, महालक्ष्मी चेंबर्स
२२, भुलाभाई देसाई रोड
मुंबई ४०० ०२६

अक्षरजुळणी
नेत्रा मयेकर
गिरगांव, मुंबई ४०००० ४

मुद्रक
ट्रिनिटी अकॅडमी फॉर कॉर्पोरेट ट्रेनिंग लि.
पुणे

ती. आई-अप्पांना

जमिनीशी नातं जपणारा प्रत्येक जण
पृथ्वीचा खेळखंडोबा करण्याविरुद्ध
पायी चालत असतो

ऋणनिर्देश

या संग्रहातील काही कविता आणि काही कवितांचे पहिले खर्डे 'साक्षात', 'मौज,' 'मुक्त शब्द', 'कालनिर्णय', 'लोकसत्ता', 'ऐवजी', 'वाङ्मय वृत्त', 'परिवर्तनाचा वाटसरू', 'युगांतर', 'अनुभव', 'महाराष्ट्र टाइम्स', 'लोकमत दीपोत्सव', 'काव्याग्रह' या नियतकालिकांमधून प्रकाशित झाले. त्यांच्या संपादकांचे मन:पूर्वक आभार.

अनुक्रम

तुटत जाण्याचा काळ असला तरीही

तुकडा तोडण्याकरता सुरू असलेल्या झटापटीत
भाकरी थापणारे हात कुठे आहेत

दिवसाढवळ्या सुसाट सुटलेल्या मरणघाईत
गाढ रात्रीने दिलेला जिवंतपणा कुठे आहे

सडका वास नाकातून येतोय बाहेर
आत भरून घेतलेला गंध कुठे आहे

घट्ट काळा धूर चिकटतोय अंगाला
कानाशी झुळझुळणारी हवा कुठे आहे

स्वत:च्या काट्यावर दुसऱ्याला तोलताना
पायाशी काळाची जमीन कुठे आहे

ओंजळीतून सोडलेलं पाणी गेलंय वाहून
मुळापर्यंत पोहचणारी ओल कुठे आहे

तुटत जाण्याचा काळ असला तरीही
जोडले जाण्याची शक्यता कुठे आहे

दोन हातात मावेल एवढीच आहे पृथ्वी
हिरवेपण तोलणारे तळवे कुठे आहेत

कधीच नव्हते सोपे

एक कवी भर दंगलीत
रस्त्याच्या मधोमध
ताठ मान धरून उभा आहे
दंगलखोरांना त्याचा अंदाज येत नाही
त्यांनी कवीला घेरलं आहे
त्याच्यावर प्रश्नांचा भडिमार करत आहेत
कवीला काहीच आठवत नाही
कवी आपले-परके ओळखत नाही
स्वत:ची जात विसरला आहे
धर्म सांगता येत नाही
दंगलखोर खोदून खोदून विचारून हताश झालेत
कवी सांगतोय
तो नुकताच चित्रे–मुक्तिबोध–नेरूदा
यांच्यावर बोलून परततो आहे
तो पुटपुटतो कवितेच्या ओळी
दंगलखोर संभ्रमात

कवीच्या मस्तकावर झाली आहे जखम
त्यातून भळभळणारी भाषा
व्याकरणाचे नियम तोडते आहे
संप्रेषणाचे प्रयोजन सोडते आहे
निरर्थ निराकार नि:शब्द होत आहे

जगण्यामरण्याच्या सीमेवर उभा कवी
माणूस आणि पशू यांच्या
संधिकाळात जगतो आहे
कविता लिहिण्यासारखी
मातकट कृती करतो आहे
त्याकडे लक्ष देण्यास कुणालाच वेळ नाही

दंगलखोर कधीही आपली मान छाटतील
याची कल्पना असूनही
रस्त्याच्या मधोमध कवी
ऐन कवितेच्या चौरस्त्यात
ताठ मान करून उभा आहे चौफेर पाहत
टिपून घेतो आहे
दंगलीतले ताणे बाणे
कळले आहे त्याला
कधीच नव्हते सोपे या पृथ्वीवर जगणे
निसर्गाच्या लयीत स्वत:चे गाणे गाणे
समष्टीच्या अफाट रथावर आरूढ होणे
आपणच लिहिलेल्या सूक्तांच्या
इमारती ढासळवत जाणे
नवी उभारणी करण्यासाठी
ताठ उभे राहणे
टिपून घेणे
शोषणे आणि पुन्हा स्रवणे

सांगण्यासारखं

सांगण्यासारखं
काहीच नव्हतं माझ्याजवळ

नाही कुठलं ठोस काम
नव्हता सुवर्णजडित भूतकाळ
भव्यदिव्य स्वप्नंदेखील डोळ्यांत नव्हती
जी सांगू शकलो असतो
माझं अस्तित्व सिद्ध करण्यासाठी

क्षितिजापर्यंत आ वासून बरड जमीन
मानेवरून बाजूला काढून ठेवलेलं जू

काहीही न सुचून
पायानं माती उकरत होतो
आठवत होतो त्यांनी ऐकवलेली
इंद्रधनुषी श्रावणसिंफनी

झळझळती इंद्रधनुषी सिंफनी
आठवत होतो

चमकत्या नव्हे
उदास डोळ्यांनी

पुढेमागे

पुढे गेलोय
की मागे राहिलोय
कळायला काही मार्गच नाही

फक्त वेगळा झालोय प्रवाहापासून
एवढंच कळतंय

कुणीतरी पाहत असेलच उंचावरून
भेटेल तेव्हा सांगेलही कदाचित
मागचं पुढचं

तिथपर्यंत जाईनही
आणि दिसेल इथलं सारं

तेव्हा नसेन इथे
पुढे किंवा मागे

पण कुठलाच माणूस

इथल्या प्रत्येक रस्त्यावरून
जराजर्जर म्हातारपण
काठी टेकवत जात आहे
संथ ठकठक ठकठक
जाणवते पावलोपावली

प्रत्येक रस्त्याच्या कडेला
महारोगी बसले आहेत
कण्हणं सतत ऐकू येत आहे

इथल्या प्रत्येक रस्त्यावरून
प्रेतयात्रा जाते आहे
गेलेल्याला दिलेला निरोप
आसमंतभर भरून आहे

मोठमोठे प्रासाद उभे झाले आहेत इथे
विलासाची नवनवी दालने उघडत आहेत
संगीतनृत्यगायन इथे अविरत सुरू आहे

या साऱ्या आवाजांची
दुखरी गाज
अखंडपणे कानावर पडत आहे

या भूमीवर
अश्वत्थ सळसळतो आहे

पण कुठलाच माणूस
बुद्ध झाल्याचा आवाज
दूरवरूनही ऐकू आलेला नाही

रात्रीत सावकाश सुस्तावलेली

रात्रीत सावकाश
सुस्तावलेली चाकं फिरू लागतात
सगळे ताण नाहीसे झालेले

स्वत:चं वजन गवसतं चाकांना
हलकी होत् जातात
निर्हेतूक गतीनं एकमेकात मिसळून
उलटी सुलटी फिरू लागतात
गवसलेल्या मोकळेपणात गर्क होतात

घंटा होऊन वाजू लागतात
त्या घणघणत नाहीत
तर किणकिणू लागतात
एकमेकांवर आदळून खिदळू लागतात
घंटांचे आवाज ऐकून
घुमट उभे राहतात

फुलपाखरं होऊन उडू लागतात
पंखांवरचे रंग एकमेकांना माखू लागतात
फुलपाखरं पाहून
ताटवा येतो फुलून

चाकं फिरत आहेत पाहून
क्षितिजावरून एक धावपट्टी
धावत येते

रात्रीत दिवे लखलखू लागतात
सावल्या जोमाने जगू लागतात
जगण्याची पडछाया गजबजते

ऐन भरात तार तुटून
अंधार होतो साळसूद
उजाडण्यापूर्वीच उजाडपणाच्या
पायघड्या पडतात लखख

त्याचा आवाज पोहचतोय

वीज पचवलेलं एक झाड
निरागसपणे सळसळ करीत वाढतंय
ते खुपतंय त्याच्या डोळ्यात
तो वारंवार धावून येतो
धारदार चाकू झाडात खुपसून
वेडगळ विजयी हसतो
आपला आनंद कुणी पाहतंय ना हे बघतो
सणक येऊन गोळ्या झाडतो
त्याला लवकरात लवकर झाडाला मारायचं आहे
तो झाडावर बुलडोझर घालतो
यांत्रिक करवत आणतो बुंध्यापासून कापायला
मुळापासून उखडून टाकायला
अजस्त्र लोखंडी हात आणतो
तरीही झाड सळसळतंय
त्याचा श्वासोच्छ्वास थांबत नाही
झाड मरत नाही
उलट जिवंत राहण्याचं गाणं गाऊ लागलंय
त्याचा आवाज पोहचतोय
दूरदूरवर राहणाऱ्या गाणाऱ्या झाडांपर्यंत
सोसाट्याचा कोरस सुटलाय आता

राहू देतो कित्येकांना सोबत

भिंतीच्या काटकोनातली मुंग्यांची रांग
न अडवता शिस्तीनं जाऊ देतो
शिरकाणं केली तरीही हक्कानं परतणाऱ्या उंदरांना
मुकाट्यानं वस्तीला येऊ देतो
आभाळ भरून आल्यावर येणाऱ्या पतंगांना
पावसाची नांदी गाऊ देतो
डास माशा चिलटं ही या भूमीची लेकरं

पळवून लावलं तरीही शरण येऊ देतो
झाडे वेली तर आपणच लावलेल्या
गवताला हरळीला वाढू देतो
सणासुदीला घर लख्ख करतो पण
पुन्हा कोळ्यांना जाळं बनवू देतो
पालीला पिकासोच्या चित्रामागे दडू देतो
खिडकीपर्यंत मजल मारणाऱ्या सरड्याला
घर मनसोक्त न्याहाळू देतो
गावाला जाणाऱ्या मित्राचा
कुत्राही प्रेमाने ठेवून घेतो
हवेतून धुळीला विषाणूंना
सळसळ करीत येऊ देतो
उजेडाच्या उन्हाळलेल्या नजरेला
जे जे पडेल ते दिसू देतो
गळलेल्या पानांचा पाचोळा
जिवांच्या वाढीसाठी राहू देतो
पाण्याचे साठे लहान मोठे
इथे तिथे तसेच ठेवून देतो
माती नेहमी थोडीशी
ओलसर राहू देतो
शब्दांना सावकाश उगवण्यासाठी
रक्तात ऊब वाहू देतो

उंचावरच्या खिडकीत

उंचावरच्या खिडकीत
एक राखाडी पक्षी
घरटे बांधतो आहे

एक एक काडी काळजीपूर्वक
शोधून आणतो आहे
कालपरवापासून यातच मग्न आहे

त्याची जातकुळी मला माहीत नाही
पण तो राखाडी पक्षी आहे
तिथे अंडं घालणार आहे

ते नेटाने उबवून
जीव निर्माण करणार आहे

जिवाचे स्वागत करण्यासाठी
सगळा निर्जीव काडीकचरा
कामाला लागला आहे

तिथपर्यंत पोहचू न शकणारी
काठी हातात घेऊन
मी उभा आहे

माझ्या हातातल्या काठीकडे
माझी मुलगी
आश्चर्याने बघते आहे

वापरून गुळगुळीत झालेल्या

तुझ्या नसण्याचा ताण फुलारून येण्यासाठी
विजेच्या कडकडाटाचं बी पोटात घेऊन
तुझं गर्भार येणं
शक्यतांचे अनेक दरवाजे सताड उघडत जातात
बेभरवसेपणातही तुझ्या येण्यानं
उभारी येते

घनदाट रानासारखा
किंवा वाळलेल्या झुडुपासारखादेखील आलास
तरीही पहिल्यांदा भिजताना
त्वचा थरथरतेच
चिरेबंदी वाड्यात शिरून
झुमऱ्यातील मल्हारसोहळा मी ऐकत राहतो

अंगातील गरम रक्त
सळसळ फिरत शोधत असलेला थंडावा
तू देतोस

तुझ्या आडोशानं हातात चाकू घेऊन
कुणीतरी शिरेल मनात
या भीतीची थंडगार दहशत पसरत जाते

तुझ्या निर्हेतूक येण्याबद्दल
शंका असतेच
तुझ्या खरेपणाबद्दल
भरवसा नसतो

तरीही वापरून गुळगुळीत झालेल्या पैशासारखी
तुझी पुरातन प्रतिमा
मी पुन्हा एकदा कवितेत वापरतो
आणि खण्ण आवाजासारखी
एक जोरदार सर
अंग भिजवून जाते

चालढकल

चाल चाल
चालत राहा

चालता नाही आलं
तर ढकलत राहा

कोपरानं ढुशा मार

आपला बुटाचा पाय
शेजाऱ्याच्या अनवाणी
पायावर ठेव

तो कळवळून
होईलच बाजूला

घूस घूस
घुसत राहा

ओठाच्या कोपऱ्यातून
गळणारी लाळ
पुसत राहा

कौमार्याची घट्ट भिंत
आड आली तर
चाकूनं चीर
बिनधास्त आत शीर

पांगळी पृथ्वी
काही बोलणार नाही

थांबू नकोस

आता चालढकल
काही कामाची नाही

मुंगी

एक मुंगी
थेट माझ्यासमोर उभी राहून
घसा फोडून ओरडून सांगतेय
माझ्या मागे उभं असलेलं धरण
उंच होत होत वाढतंय
आणि ते फुटणारंय बेडकाच्या पोटासारखं

मुंगीच्या आवाजाकडे
मी नेहमीच दुर्लक्ष करतो
आणि फक्त गालातल्या गालात हसतो
मला तिचं सगळं जीव तोडून सांगणं
तिच्याएवढंच हलकं वाटत राहतं
धुळीच्या दरवळासारखं

तिचं सारखं मलाच उद्देशून बोलणं
मला गैरसोयीचं वाटतं
तिचं हसणं सहन होत नाही मला
पण ती इतकी सूक्ष्म आहे की
तिला चिरडूही शकत नाही
माझ्या पायाच्या निबर अंगठ्यानं

ती दिसत राहते भिंगातून पाहिल्यासारखी
बहुतेक राहत असावी
डोळ्याच्याच बाहुलीवर

ती लक्षात एवढ्याकरता राहते
कारण तिने घसा फोडून सांगितलेलं
महत्त्वाचं आणि खरं ठरत जातं

रस्ते कसे

डोंगर पोखरून
मुरूम काढला
            नदी उपसून
            रेती
माती उकरत
दगडापर्यंत पोहोचलो
            दगड फोडून
            गिट्टी
शिमिटाच्या गोण्या
केल्या उताण्या
            जमेना विहिर
            हाणला बोअर

उसावाणी माणसं
टाकली चरकात
            घामाचे पाट
            डांबराचे लोट
काँक्रीट मिक्सर
रोड रोलर
            नॅशनल हायवे
            एक्सप्रेस हायवे
राष्ट्रीय चतुष्कोनात
आंतरराष्ट्रीय त्रिकोण
            अंथरले शेतांमधून
            काळेशार गालीचे
शेवर्ली व्होक्सवॅगन
बीएमडब्ल्यू आल्यायत
            हवेत चालायच्यात
            अंगावर घालायच्यात
रस्ते कसे
टकाटक हवेत

वाघ

प्रत्येकाजवळ असतो
तसाच माझ्याजवळही होता एक वाघ
कुणाला फारसा न आवडणारा
लोक दूरदूरच राहायचे त्याच्यापासून
आणि माझ्यापासूनही

मी कापली त्याची नखं
जबडा उघडून स्वत:च
काढून टाकले सगळे दात
मिशीचे ताठ उभे केसही कापले
काही कोलांटउड्या आणि एक मजेदार नाच शिकवला
त्याला गुदगुल्या केल्या की तो हसायचा
आणि तोदेखील उलट गुदगुल्या करू लागायचा

वाघ आणि मी खूप आवडू लागलो सगळ्यांना
शेळ्यामेंढ्यांमध्ये तर आमची फारच तारीफ सुरू आहे

एकटाच आहे

एकटाच आहे ठाऊक असलं तरीही
प्रयोगात काम केल्यासारखा वागतो

[illegible]
अभिनय करण्याचे सोडून देतो
नेपथ्यात वास्तव दिसतं
पातळ्या ठोकळे काढून टाकतो
रंगमंचाची कमान
धनुष्यासारखी ताणतो
पारदर्शक हवेत चांदणं आणतो
सूर्याच्या प्रकाशात
सावली होऊन उगवतो
अंधार होताच विरघळतो

हा प्रयोग कधीच संपणार नाही कळतं
तरीही प्रत्येक वाक्य शेवटचं वाक्य आहे समजून
निर्धारानं उच्चारत राहतो

तू अजून आहेस

तू दिसताच
तू अजून आहेस
याचा किती आनंद झाला मला
नाही तरी तुझ्या शोधातच
मी निघालो होतो

तू दिसताच तुझा हात प्रेमानं धरून दाबला
तर तुझा पंजा पिचकला
ती तुझी मेणाची मूर्ती असल्याचं
लगेच लक्षात आलं

तुला पाहताच आनंदानं चित्कारलो
हसण्याच्या मोकळ्याढाकळ्या वाऱ्यानं
ढासळून पडताच
तो तुझा वाळूचा पुतळा असल्याचं
लक्षात आलं

मी अजूनही
शोधत फिरतो आहेच तुला
पण आता अगदी बाजूला दिसल्यावरही
उचंबळून तुला मिठी मारायची
हिंमतच होत नाही

एवढ्या कडवटपणाचं तू काय करणार आहेस

डोक्यात उकळत असलेलं
कडूजहर डांबर
तुझ्या डोळ्यांतून आरपार दिसतंय
अंगातून उठत आहेत
दुर्गंधीच्या लाटा
एवढ्या कडवटपणाचं तू काय करणार आहेस

या कडवटपणानं
तुझ्या भाषेला मारला आहे लकवा
ती एक पाय ओढत ओढत
निघून जाते आहे तुझ्या अंगणातून

कुठून निर्माण झाला हा कडवटपणा
ही आग इतकी कशी भडकली
आणि करपला आत्मा

माणूसपणाची सीमा ओलांडून
भक्ष्य शोधत हिंडणाऱ्या
लांडग्यांच्या कळपातला
तू एक तरस झालास

तुझ्या अंगावर लटकणाऱ्या
उघड्या मांसाच्या तुकड्यांना पाहून
कुत्री झेपावत आहेत तुझ्याकडे
आणि माणसं पाठ फिरवत आहेत
हेदेखील लक्षात येत नाही

ज्या कडवटपणात
वितळून जात आहेत
जगण्यातले गुलाबी आकाशी पोपटी रंग
ज्यामधे राख होत आहे
सगळा कोमलपणा विश्वास ओढ आणि आदर
त्या कडवटपणाचं तू काय करणार आहेस

दुर्मीळ गोळ्या

दुर्मीळ असलेल्या गोळ्यांचा आजकाल
पाऊस पडू लागला आहे

मोठ्या मुष्किलीनं नजरेस पडायची
ती सरळ छातीत जाऊन बसते आता

दुर्मीळ गोळ्यांच्या वर्षावात
कबुतरं उडत राहतात निरागसपणे

आकाशात एकही गोळी
चोचीनं टिपता आली नाही तर

समुद्रानं फेकलेले दाणे
वेचतात काडतुसांच्या सड्यात

एक माणूस मारला

एक माणूस आम्ही
आज नेम धरून मारला

अगदी अधिकृत बंदुकीच्या
खाकी गोळीनं मारला

आमच्याच देशातला
लांबच्या प्रांतातला असावा

त्याची मस्ती
आमच्या डोळ्यात खुपत होती

आमच्या जनतेनं आमची पाठ थोपटली
चॅनेलवाल्यांनी बाईट्स दिले

आम्ही छाती काढून मिरवणुकीनं
रस्त्यावरून हिंडू लागलो

त्याच्या मेलेल्या शरीरासोबतच
त्याच्या जिवंत भाषेची धिंड काढू लागलो

तेव्हा आमची भाषा शरमेनं
काळीठिक्कर पडली

मावशी मायची कोण असते
हे विसरली पोरं–पुटपुटू लागली

सायलेंट किलर

गर्दीतला तो सगळ्यात सतर्क
सगळ्यात सजग सगळ्यात शिस्तबद्ध माणूस
सगळी भडभड आत कोंबून झिप लावून सायलेंट
तो रूप बदलण्याच्या प्रयत्नात असतो
पण त्याचे डोळे काही बदलू शकत नाहीत
हे त्याच्याही लक्षात येत नाही
आखून दिलेल्या मार्गावरून
त्याची ठरीव पावलं पडत असतात
आजूबाजूची गर्दी लागेबांधे सांधत असताना
तो एकटाच इतिहासाची पानं फडफडवत असतो

त्याच्या मागे मोठी फौज कार्यरत असते
जिच्या दहशतीच्या दोरांनी त्याला घट्ट बांधलेलं असतं
त्याच्या आजूबाजूला अस्वस्थ वर्तमान खदखदत असतं
तो बिनमाथ्याच्या मोठ्या प्राण्याचा एक भाग
बिनडोळ्यांनी रस्ता हुंगत इथवर आलेला
स्वत:च्या प्रत्येक पावलावर त्याचा ठाम विश्वास
आपल्या मनातली किलिंग इन्स्टिंक्ट विझणार नाही
याची त्याला खात्री पटलेली
त्याला माणुसकी प्रतिबंधक लस टोचलेली
मानवी स्पर्शानं भोकं पडणार नाहीत असं जॅकेट
छातीवर घातलेलं
त्याच्या थंड नजरेला
माणसांची गर्दी घाणीतल्या अळ्यांसारखी भासते
त्याच्या कानात घोंगावणारी वावटळ
त्याच्या हातापायात शिरून तो ठरल्याप्रमाणे
कधीही त्याची कृती सुरू करेल
मी त्याला ओळखलं आहे अचानकच
या रेटारेटीत माझ्या अंगाला चिकटून
लोकलची कडी धरून तो उभा आहे
आता कधीही स्फोट होऊ शकतो.

शाबूत

या आगडोंब होरपळीत
अजून कसा वास येत नाही
जिवंत माणसांची शरीरं जाळल्याचा
अजून डोळ्यांत शिरला नाही
ओघळणाऱ्या रक्ताचा लाल रंग
अजून कानाचे पडदे फाटले नाहीत
स्फोटांच्या मालिकेनं
मेंदूवर अजून हातोडा पडला नाही
विचारांची चौकट शाबूत आहेच अजून

विचारसरणीवर आचारसंहितेवर साधनशुचितेवर
विश्वास आहेच
परमेश्वराबिरमेश्वराची भाकताच करुणा
माणुसकीबिणुसकीच्या गोष्टींवर
इतिहासपुरुषांच्या चरित्रांवर
नीतिकथांवर बोधकथांवर चाललंच आहे बोलणं
मांड ठोकून सत्तेच्या घोड्यावर बसलेल्यांची
वाढत चाललेली मस्ती
सहन करतोच आहोत
सुरक्षित बेटं सांभाळत बसलो आहोत
विस्थापितांच्या तंबूत डोकावण्याला फुर्सतच नाही
माणसांचं तटलेलं धरण फुटलं आहे
लोंढे अंगावर येत आहेत
दाट गर्दीतले अंत:प्रवाह
वाट चुकलेल्या सापासारखे सळसळत आहेत
शरीरात कॅन्सर फोफावलाय
यावर विश्वास नाही अजून
इथली मातीही संथपणे धुमसते आहे
तिच्या आचेवर भाकर भाजून घेत आहात आज
पण राखेतून पीक काढणं
मुश्किल होणार आहे पुढे

हा घोडा

हा घोडा
नस्ली

उम्दा
समदा अस्ली

कुणी याच्यावर
पक्की मांड ठोकून
बसू शकत नाही

पायाची पकड घट्ट करीत
कुणी आवळू लागला
तर झटक्यात फेकून देतो

याच्या शतकोटी पेशी जिवंत
डोळे सताड उघडे

हा हिरवं पांढरं केशरी गवत
समान प्रेमानं खातो

भैरव भटीयार भंखर
समान प्रेमानं गातो

याच्याशी लोळणफुगडी
खेळतात जिगरबाज
धूर्तपणा पणाला लावून

हा दुडकत दौडतो
मुजोर स्वाराला लोळवून
छातीवर दडदडतो

खरं खरं खिंकाळतो
तेव्हा सत्याचा शहारा
सत्तेवर उठतो

हद्दपार

जेटच्या अजस्त्र पोटात
मी वावरतोय
जमिनीपासून बारा हजार मीटर उंचीवर
त्याच्या पोटातल्या मऊ गालिच्याचा
मला जमिनीसारखा आधार वाटतो
अगदी जसा पृथ्वीवर
गवताळ मैदानाचा वाटत आलाय

त्याचे विशाल पंख
राजहंसाच्या डौलानं
हवा कापतायत
त्याच्या टणक कवचानं
आतली ऊब शाबूत ठेवलीय

किती निरागस होत
ते निश्चिंतपणे अंतर कापतंय
माझ्या सगळ्या लागेबांध्यांसह
मुष्किलींसह दु:स्वप्नांसह
मी त्याच्या पोटात वावरतोय
नदीच्या चमचमत्या धाग्यानं शिवलेली
असंख्य तुकडे जोडलेली
पृथ्वीभर अंथरलेली गोधडी न्याहाळतोय

मी हद्दपार होतोय
कुठल्याही बंदुकीच्या धाकाशिवाय
सत्त्व गमावण्याची वेळ न येताही
सत्तेनं अपमानित होऊन अगतिक न होताही
मी हद्दपार होतोय समूळ
सोबत जमेल तेवढी माती घेऊन
न परतण्याचं भय हाती घेऊन
जेटच्या पोटात मी विरघळून जातोय
जेटची गती होतोय

जादूई वास्तव

वास्तवाचे ठोकळे उलटेपालटे करीत
एकेक वर्तुळ उंच उडवत खेळवत
दूरदेशीचा जादूगार येतो

वास्तववाद्याचा रिॲलिटी शो
रिपोर्टरचा खबरी शो
उतारावर घरंगळणारे रबरी शो
कोपऱ्याकोपऱ्यावर सुरू असलेले असली शो
या सगळ्यांहून वेगळा
जमिनीपासून खूप उंचावरून
बलूनसारखा संथ उडत जाणारा
जादूगाराचा मॅजिक शो

जादूई बाटलीतली त्रयस्थ झिंग
गळ्यात पडेपर्यंत ओळख दाखवत नाही
पाण्याची वाफ वाफेचे ढग
ढगातून पाऊस पडत नाही
जादूई वास्तवाचं फुलपाखरू
शब्दांच्या चिमटीत काही येत नाही

कादंबरीत डोकावलो

कादंबरीत डोकावलो

खोल विहिरीसारख्या भुयाराच्या तळाशी
लेखकानं लख्ख उजेड मांडला होता
सगळी पात्रं बाजारहाट करीत होती
प्रसंगांचं रहाटगाडगं सुरू होतं

स्वत:चं आयुष्यही आपण कधी जगणार नाही
एवढ्या उत्कटतेनं पात्रं जीवन जगत होती

भाषेला चमक होती
निराशेलाही धार होती

गवताच्या पात्यांनाही अनेक प्रसंग होते
कधी कुणाच्या पाठीखाली डोक्याखाली
कोवळ्या पावलांखाली जडजूड बुटांखाली
तरारण्याचे दवारण्याचे थरारण्याचे
चिरडले जाण्याचे उखडून फेकले जाण्याचे
अनेक प्रसंग होते

भुईसपाट झाल्यावरही मान वर करण्याची मिजास
हिरवं पातं दाखवत होतं
पिवळं मातीत मिसळून जायला आतुर होतं

यात मी कुठं सरपटताना दिसतो आहे काय म्हणत
बारकाईनं निरखून पाहू लागलो
शोधता शोधता खोल विहिरीच्या
तळाशी जाऊन पोहोचलो
तिथून उंच विहिरीच्या तोंडावरचं
आभाळ न्याहाळू लागलो

त्या आभाळात मी कुठं उडताना दिसतोय का
ते पाहू लागलो

आपल्या भाषेत

आपल्या भाषेत बोलणं
आपल्या भाषेत आपल्या माणसाशी बोलणं
आपल्या भाषेत आपल्या माणसाशी
आपल्या मनातलं बोलणं
आपल्या भाषेचा उष्ण स्पर्श
आपल्या ओठांना होणं
आपल्या भाषेत विरघळून जाणं
आपल्या भाषेत विरघळलेल्याशी
आपल्या भाषेत एकजीव होणं

आपल्या भाषेचा ग्लास कुणी पुढे करताच
मी अधाशीपणे सगळं पाणी
एका घोटात संपवून टाकतो

भेट

(भुजंग मेश्रामकरिता)

कवीला गाडीत बसवून परतताना
गाडी कर्कश शिटी मारून
भानावर आणण्याचा प्रयत्न करते

धसकन तिची चाकं फिरू लागतात
कवीचे खोल गेलेले डोळे
निरोप घेताना चमकतात
डोळ्यांत हरवलेपणाची झाक हुळहुळते

शरीरातल्या पाण्यात डुचमळत बुडताना
तो शब्दांचा आधार शोधतो

तो कसा पोहचेल शेवटच्या स्टेशनपर्यंत
या विचारात असतानाच
गाडी निघून जाते
या गाडीचा प्रवास इतका लांबचा आहे
याची कल्पनाही येत नाही

तो पूर्ण तयारीनं आला होता
निरोप घेताना कडकडून भेटला
खूप दिवसांचं राहिलेलं भेटला
अनंत काळाचं राहणारं भेटला

झऱ्यावर येणाऱ्या तहानल्या पक्ष्याच्या
चोचीत आलेल्या थेंबाएवढं भेटला

विरागी

प्रत्येक कवितेनंतर
मी होतो विरागी
सोडून जातो लिहिलेली कविता

कवितेत बांधलेलं असतं एक घर
काळजीपूर्वक केलेली असते घराची आखणी
रेखलेला नकाशा
प्रत्येक वीट ठोकून पाहिलेली
चिरेबंदी बांधणी केलेली
पूर्ण झाल्यावर घरभर फिरतो
दारंखिडक्या उघड्या ठेवून बाहेर पडतो
नाळ तोडून बेघर होतो

कवितेच्या अवकाशातून दिलेली हाक
पोहचणार असते माणसामाणसापर्यंत
कवितेतून केलेला प्रतिकार
सदैव राहणार असतो टोकदार

कवितेतून बाहेर आल्यावरही
वाहणार असतं कवितेतून माझं रक्त
गाणार असते कविता माझ्या आवाजात
मुक्तीचं गीत

वाळवंटभर पसरलेल्या पिरॅमिड्सखाली
लखलखणार असतात
माझ्या ममीज

काळ्या खुणा

काळे किडे
काळीज कुरतडत भुयार करत
पोखरत जातात
उगवतात पांढऱ्याशुभ्र कागदावर

काळीजच नव्हे तर
सगळा देह पोखरून नष्ट करावा
काळ्या किड्यांनी
आणि उसळून यावे पांढऱ्याशुभ्र कागदावर

काळ्या खुणांनी
खुणावत राहावं
मागून येणाऱ्यांना
क्षितिजापर्यंत पसरलेल्या पांढऱ्याशुभ्र कागदावर

चुळबुळ

कविता
ल्ह्यायची ल्ह्यायची

म्हणत
चुळबुळ करू लागलो

लिहिताना
आतुर झालो

लिहून होताच
तुटकपणे पाहू लागलो

काही काळाने
अधीरतेने वाचू लागलो

नंतर
साशंकतेने

मग
दुसरीकडेच पाहू लागलो

नजर
टाळू लागलो

कवितेबद्दल
वेगळ्याच भाषेत

जोरजोरानं
बोलू लागलो

कविता हसत हसत

पुन्हा कधीतरी...म्हणत
कविता हसत हसत
निघून जाते

कवीजवळ पेन असतं
कागद असतात
बाहेर यायला
आतुर झालेली अक्षरं
शाईत लपून बसलेली असतात
कवी घाईत असतो
कविता हसत हसत
निघून जाते

आपल्या पहिल्याच स्पर्शात
याचा फ्यूज उडाला
काहीबाही बरळू लागला पाहून
हसत हसत कविता
निघून जाते

आजूबाजूला आपण
घमघमत असलो तरीही
गंधच घेता येत नाही याला
काय करता चला
हसत हसत म्हणत
जाते निघून

हा तर अधू झालाय
चाचपडत बसलाय अजूनपर्यंत म्हणत
पाहत पाहत हसत हसत
निघून जाते

मागे वळून थुंकतही नाही

घाई

वयात येण्याची घाई झालेली एक मुलगी
नाक उडवत सांगते
घुटके घेत बियर पिण्याचे
दिवस गेलेत काका
आता सरळ जिभेवर
कॅलिफोर्निया ड्रॉप्स हवेत

घाई झालेला विक्रेता
भर रस्त्यात पकडतो
गळ्याभोवतीचा फास
सारखा सैल घट्ट करतो
आजचा शेवटचा दिवसाय शेवटचा

घाई झालेला गायक
फ्रीस्टाईल पोहत निघतो
छोट्या ख्यालाचा गज दिसताच
घट्ट धरून ठेवतो

घाई झालेल्या कवीच्या संग्रहाची
घाईघाईनं केलेली समीक्षा घेऊन
घाई झालेला संपादक
लगबगीनं पळत जातो

घाई झालेला गर्भ
होऊ घातलेल्या आईलाच
वैतागलेल्या आवाजात विचारतो
बाहेर येऊ देणाराय का बाई
मोठं होऊ देताय की नाही

प्रेम दु:ख निराशा वासना द्वेष उल्हास
घाईघाईनं प्रवेश करतात
स्पर्शही न करताच
निघून जातात

घाईचे सर्वकष दृश्य
पापणीही न उचलता
पाहत असलेली कविता
जवळ जाताच म्हणते
घे की रे जरा दमानं

कवीला पडलेले पुस्तकप्रकाशनविषयक दुःस्वप्न

कवीचं पुस्तक छापून तयार होतं
तेव्हाच त्याच्या मनात कबुतरं फडफडू लागतात
आणि पुस्तकाला शिवायला
कावळे घिरट्या घालू लागतात

कवी वाट चुकल्या पाखरासारखा
जाणूनबुजून जाळ्यात सापडतो आणि मंचापर्यंत येतो

मध्यवर्ती भागातल्या रंग उडालेल्या हॉलमधल्या
पिवळट संध्याकाळी
त्याचे मित्र आप्त तुरळक जमतात
जवळचा एक मित्र पाहुण्यांना घेऊन येण्याच्या
मोहिमेवरून विजयी चेहऱ्यानं प्रवेशतो
ऑफिसातला सहकारी अध्यक्षांना घेऊन
कर्तव्यभावानं येतो

स्टेजवरील खुर्च्यांमध्ये बोळक्या अध्यक्षांच्या एका बाजूला
एक मठ्ठ माणूस बसतो तर

दुसऱ्या बाजूला एक निगरगट्ट
सगळा खर्च साळसूदपणे लेखकाकडून वसूल करणारा
उंचाडा प्रकाशक बराच काळ आतबाहेर करत
अखेर प्रेक्षकांमधील शेवटच्या रांगेत स्थिरावतो
जमलेली गर्दी पुरेशी आहे असं
घड्याळाकडे पाहत जाहीर करून मठ्ठ माणूस
हाती माईक घेतलेल्या मध्यमवयीन स्त्रीला खुणावतो
ती हातात माईक घेऊन बोलणं सुरू करते
तसं कवीचं रक्त पायात गोळा होऊ लागतं.

सुरुवातीचे शब्द कवीचा एक मित्र बोलतो
त्याच्या लहानपणीच्या आठवणी सांगतो
तेव्हा कवी कसंनुसं हसत
त्याला वाईट वाटू नये म्हणून
प्रतिसाद देत राहतो
त्यानंतर तो टाळत असलेला प्रसंग
त्याच्यापुढे उभा ठाकतो

त्याच्या पुस्तकाला प्रकाशकानं
एका चमकदार कागदात गुंडाळलेलं असतं
त्यावर एक लालजर्द रिबिन बांधलेली असते
दुर्योधनाच्या थाटात तो मठ्ठ माणूस
पुस्तक उघडं करण्यास सरसावतो
सराईतासारखा न गोंधळता रिबिन काढतो
पुस्तकावरचं आवरण काढताना त्याच्या
डोळ्यांतून लाळ टपकत असते
झटपट तो आवरण काढतो आणि
विजयी मुद्रेनं पुस्तकाचं मुखपृष्ठ लोकांना
दाखवत पुस्तक दोन्ही हातानं उंचावतो
फोटोंमध्ये आपलं हास्य नेमकं येईल

याची काळजी घेत तो
मान वेगवेगळ्या कोनांमधून फिरवू लागतो
ग्रीक प्रेक्षागारात बसून मेटॅडोरचा खेळ पाहावा
तसे प्रेक्षक टाळ्या पिटू लागतात
त्यांना पुस्तकाशी काही घेणंदेणं नसतं
ते पुस्तक विकत घेणारही नसतात

निगरगट्ट उठतो मठ्ठानंतर पुस्तकाशी
खेळण्याची त्याची पाळी असते
तो पुस्तकाचा पाचोळा करू लागतो
एक एक पान चावून चावून खातो
खाता खाता ठसका लागतो
टेबलावरचा पाण्याचा ग्लास उचलून
पाण्याच्या घोटासोबत चोथा गिळून टाकतो

अखेर [illegible]ळण्यासाठी
चित्रकाराला बोलावलं जातं
त्याला पुष्पगुच्छ देऊन कव्हर चघळण्यास
सांगितलं जातं

गलितगात्र झालेला अध्यक्ष आपल्या
बोळक्या तोंडानं हल्ली आपल्याला
पुस्तक पचत नसल्याचं सांगून
थोडक्यात आवरतं घेतो
त्याच्या जिभेवरील टेस्टबड्स मेलेली असतात
तो स्मृती जागवत विस्मृतीत घरंगळतो
त्या वेळेस मठ्ठ त्याला मोबाईलवर आलेला एक मेसेज
निगरगट्टाला दाखवत फिदीफिदी हसत असतो
दोघेही लगेच गंभीर होतात आणि

श्रोत्यांमधील पुढील सावज कोणतं याचा
अंदाज बांधू लागतात

शेवटी कवीला कविता वाचण्यास सांगण्यात येतं
त्याला तो प्रसंग उघडंनागडं करणारा वाटतो
शरमेनं खोल गेलेल्या आवाजात
तो आपल्या कविता वाचतो तेव्हा त्याच्या
भाबड्या बायकोच्या डोळ्यात चांदण्या चमकून जातात
तिच्या मांडीवरची त्याची मुलगी
अंगठा चोखत आपल्या बापाचा वेगळाच आवाज
त्या हॉलमध्ये सैरावैरा पळताना न्याहाळते

मध्यमवयीन स्त्री उत्साहानं माईकवर
अखेरचं काहीबाही बोलत असते.
माईक हातातून जाणार असल्याचं तिला
वारंवार दु:ख होत असतं
आभारही तीच मानते

कवीला तुडवत सगळे मंचावरून खाली उतरतात
अखेरीस तो उतरतो तेव्हा पहिल्या रांगेत
बसलेला त्याचा साहेब त्याचे हात आपल्या
दोन्ही हातात घेऊन म्हणतो, 'कीप इट अप'
हॉल सोडण्यापूर्वी सगळे जण त्याच्याजवळ येत
सांत्वनपर नजरेनं त्याच्याकडे बघत
अभिनंदन करत पुस्तकं ठेवलेल्या टेबलाकडे
शिताफीनं दुर्लक्ष करून निघू लागतात

रिकाम्या हॉलमध्ये कवी पुस्तकं गोळा करणाऱ्या
प्रकाशकाला मदत करू लागतो
स्वप्नाच्या बाहेर पडावं तसं तो मुलीला कडेवर घेत
हॉलच्या बाहेर पडतो

लक्षच नाही

खूप दिवसांनी भेटलेली
ती दोघं
भाषेच्या काठावर
पाय सोडून बसली
ढगांच्या दाटीवाटीतून डोकावत
नक्षत्र पाहत आहेत त्यांना
जिवाभावाचं बोलत आहेत
त्यांच्या बोलण्याचीच होते आहे कविता
ओघळते आहे आजूबाजूला
जमिनीत जिरतेय
उडून जातेय
लक्षच नाही कुणाचं

कवितेचा अनुवाद

कवितेचा अनुवाद करायला
मी कवितेत शिरतो तर
एक कवी भाषेच्या वळणावळणाच्या रस्त्यानं
उन्हाच्या पुलावरून
धुक्याच्या डोंगरावर घेऊन जातो
सगळी मानवजात नजरेच्या टप्प्यात येईल
एवढ्या उंचावर नेतो
एक कवी त्याच्या काळात नेतो आणि
ऐकवतो संथ लयीत चालणाऱ्या काळाच्या नाडीचे ठोके
एक कवी हात धरून
हिंस्र झालेल्या गर्दीत घुसवतो
एक कवी शिकवतो मला कवितेची भाषा
एक कवी मी कधीच वापरू शकणार नाही
अशी भाषा वापरून दाखवतो
एक कवी कविता लिहिण्याआधी
पाठीवर उमटलेले वळ दाखवतो
मी पाहिलेल्या जगाच्या
कधीही न दिसलेल्या खिडक्या
सगळे कवी उघडतात आणि
सरतेशेवटी दार उघडून
मनापासून स्वागत करतात माझे
आपल्या कवितेत

आणखी एक खर्डा

कवितेच्या या खर्ड्यावर
समाधान होत नाही
आणखी एक खर्डा आवश्यक आहे

सगळी सर्वनामं काढून टाकायची आहेत
नामांचं माहात्म्य कमी करायचंय
विशेषणांचा वायफळ वापर टाळायचा आहे
क्रियापदांचा वेग वाढवायचा आहे

व्याकरणाच्या पिंजऱ्यातून सोडवलंय कवितेला
व्यवस्थेच्या जाळ्यात अडकली आहे
फडफडतेय
तिथूनही हलक्या हातानं सोडवून
निळ्या मोकळ्या आकाशात सोडायचं आहे

खर्ड्यावर खर्डे करत चाललोय
अस्वस्थताच वाढते आहे

कवितेच्या जवळ जातो
धडधडणारं जिवंत हृदय पाहतो
ते उघड्यावर ठेवू शकत नाही

शब्दांची पुटं चढवत
खरडत
खर्डेघाशी करीत राहतो

फक्त माझ्याच नव्हे

खूप शांतता हवी
फक्त माझ्याच नव्हे तर
प्रत्येकाच्या मनात
एकांताची एकतारी
अखंड वाजत राहायला हवी

कुणाचं मन
पिसासारखं उडत येऊन
केसावर टेकलं
तर कळायला हवं

दूरवरून एखादी लाट
उचंबळून आपल्या दिशेनं येते आहे
हे दिसायला हवं

गजबज लसलस शमायला हवी
न मिळण्यातून आलेला सन्नाटा जाऊन
मिळण्यातून आलेली नि:शब्दता हवी

हिमालयाचा चुरा
इथल्या रस्त्यारस्त्यावर घराघरात
भिरकवायला हवा

कविता लिहिण्यासारखी परिस्थिती
फक्त माझ्याच अवतीभवती नाही
प्रत्येकाच्याच भोवती हवी

मग कुणीही कविता लिहिली नाही
तरी चालेल

इथपर्यंत

ती बोट सोडून निघून जाते आणि
स्वत:चं रूप घेऊन तोऱ्यात पुढ्यात उभी राहते
ओल्या मातीच्या गोळ्यासारखी असताना
मीच तिला माझ्या हातानं आकार दिला
माझ्या जडण्याघडण्यातून ती उभी राहते
तिच्या पडण्याझडण्यातून मला समजूउमजू लागतं
मी तिच्यातून आरपार पाहतो
तिचं काय चुकलं याचा विचार करतो
ती कुठं बरोबर आहे ते स्वत:ला सांगतो
तिच्याशी आपसूक जवळीक असली तरीही
आता ती मोकळी आहे हे लक्षात घेतो
मला जाणवते तिच्यातली धग
माझ्या आतली आग विझू न देण्याची आठवण करणारी
तिच्यात असतो माझ्या बोटांचा डोळ्यांचा आतड्याचा अंश
तिच्यात माझी ओळख पटत जाते म्हणून
ती बोट सोडून निघून जाते तेव्हा तिला
पुन्हा स्पर्श करण्याकरता धावतो
ती डेरेदार आंब्याच्या झाडासारखी उभी राहते
मी पिवळे ऊन होऊन उतरतो तर ती मासोळी
होते पाण्यात जाते मी सुळकन् पाठलाग
करू लागतो तर ती वारा होऊन झुळुकते
तर मी पंख फडफडवत झेप घेतो तर ती शांतता होते
मी आवाज होऊन तिला शोधू लागतो
तिच्या पावलांची चरचर कानी पडावी म्हणून
शब्दांचा पाचोळा अंथरून ठेवतो इथपर्यंत
अगदी इथपर्यंत
आत्तापर्यंत

श्वासाला

कोंडीच झाली जगता जगता
प्रियतम वाटू लागलं कोंडलेपण
त्याचेच कोड उठले अंगभर
अवचित आलेल्या ओळखीच्या
या पांढऱ्या पाखराला
हुसकून लावण्याचा प्रयत्न करू लागलो
पाणी कापत कापत
वर येऊ लागलो
श्वासाला हवा कुठे आहे
कुठे आहे हवा

ही घुसमट

हवा पाऱ्यासारखी जड झाली आहे
वारा पोट फुगून मेला आहे
नात्यांची पाती सपासप फिरत आहेत
तुमच्यामुळे निर्माण झाली ही घुसमट
कुणासोबत वाटून घेऊ शकत नाही

काचेच्या गोल नळकांड्यात
तुम्ही मला घालता
वरून छत खाली दाबत आणता
खेळ दाखवता सत्तेचा
ओलीस ठेवून घेता
अंगावरच्या सगळ्या कपड्यांसोबत
माझ्या भाषेतले सगळे शब्द

तुम्ही छक्क्यांच्या टोळीचे नायक
नवा जन्म झालेला दिसताच
टाळ्या वाजवत येणार
वयात येताच
टोळीत सामावून घेण्यासाठी
लिंग छाटण्यास सरसावणार

नको आहे तुम्हांला तुमच्यापुढे
किड्यामुंगीचाही ओरडण्याचा आवाज
नको आहे बोलीचा बोभाटा
तुम्ही प्रमाण ठरवलेल्या भाषेच्या
पोलादी छत्राखाली
हव्या शेपूट हलवणाऱ्या छत्र्या

ही घुसमट
जडावलेला काळा थेंब होऊन
चमचमत्या पारदर्शक पाण्यात टपकतेय

ही घुसमट
चाकूच्या धारेवर
अनवाणी चालायला लावते

कडवट लाल होऊन
चिकटली आहे जिभेवर

खरं तर तुमचा आवाज
या हवेत नको
तुमची सावलीदेखील
या जमिनीवर नको

मला कुरतडताना लवकरच
तुमचा जबडा
वाकडा होऊन
निकामी होणार आहे

कवीचा आत्मा

कविता लिहीत असताना
आजूबाजूला पावलं वाजतच असतात
अचानक चाहूल लागते
आपल्या टीचभर एकांताला बोट लागणार
ढासळणार आपलं बांधकाम

कवितेचा पसरलेला गाशा गुंडाळून घेतो
[illegible] कुठलंतरी पुस्तक उघडून ठेवतो
एकदोन पुस्तकं अशी ठेवतो
जी सोयीस्करपणे उचलून
कवितेच्या कागदावर ठेवता येतील
आणि लिहिण्याच्या आकृतीवरून
कविता लिहीत होतो
असं वाटणारच नाही
पुस्तकातून काहीतरी उतरून घेतो आहे
किंवा अनुवादासारखं एखादं काम करतो आहे
असं दृश्य तयार करतो

काम करत असतानाही
भोवतालच्या लोकांना जाणवूच देत नाही
की याच्यात कुठेतरी कवितेचा अंश आहे

कुणी कवी म्हणून उल्लेख करताच
त्याला फटकारतो
धूळ झटकून टाकतो

कवितेची पोस्टरं अंगावर घेऊन मिरवणं
नखरेलपणे मंचावर चढणं
बाजाराचा वास घेऊन
झाकलेलं अंग उघडं करणं
आपल्यापासून सुटऱ्या झालेल्या कवितेशी
अतिप्रसंग करत
वारंवार लोकांपुढे ओढत आणणं
टाळ्या पिटणाऱ्या जमावासमोर
शब्दांच्या कठपुतळ्या
कंबर लचकवत नाचवणं
पोट तट्ट भरलेलं असताना
तोंड वेंगाडत फिरणं
या साऱ्या शिताफीच्या गोष्टी
आपल्याही कन्फेशनचा भाग होऊ शकतात
या काळजीनं मी नखं कुरतडतोय

अनामिक राहणं हा कवीचा आत्मा
आत्म्याला होते अपेक्षांची मूळव्याध
मग एका जागी बसणं कठीणच

अमर्त्य होण्याच्या आकांक्षेचे
आतल्या असीम असुरक्षिततेचे
मोहनिद्रेत गेलेले किडे
जोरात वळवळू लागतात
सार्वजनिक शेणात कवीचा पाय पडल्याबरोबर

बँडबाजा

हाती दिलंय एकेक वाद्य

भुकेचं ट्रंपेट
वंचनेचं कॉर्नेट
क्लॅरिटीचं क्लॅरोनेट
पोकळ पाठीचा आदिम ड्रमसेट

तांब्याकाशाच्या तबकडीचा
पुरातन पितळी झिनझिनाट
झायलोफोनचा कातीव मंजुळ
आर्जवी टिकटिकाट

वळणदार सॅक्सोफोन
सेक्सी आवाजात कलात्मक
गटांगळ्या गातोय

गावरान हवेत
फ्लूटचा लागतोय फ्लूक
नळी फुंकली ये ना रे
गा ना रे गा ना रे

सामूहिक स्वराचा बॅगपाईप
एकट्यानं फुंकता फुंकता
संपून जाते छातीतली हवा

एकेक वाद्य
एकेकटं उभं राहताना लटपटतंय
समूहाच्या कुबड्यांवर
कणा ताठ ठेवतंय

सुरू झालेल्या बँडबाज्यात
हात धुऊन घेण्यास
लचकत सरसावतायत
असंख्य नाचे

हा वाऱ्याची दिशा पाहून
पाठ फिरवणारा
विंड बँडाय

स्वत:तच मग्न होऊन गुरफटलेला
जाझ बँडाय

चकचकीत चमकदार ब्रास बँडाय
की वस्तीतल्या अकाली मरणासमोर वाजणारा
गरीब बँडाय

सैनिकी कवायतीतला बिनमाथ्याचा
मार्च बँडाय
की अनाथाश्रमाचा अगतिक बँडाय

धुंदीत हरवलेला रॉक बँडाय
कडेलोटावर पोहचलेला मेटल बँडाय
की शिस्तीत बांधलेला पोलीस बँडाय
हा ब्रँडेड बँडाय
की असेंबल्ड बँडाय

हा हिंस्त्र होणाराय की शेपूट घालणाराय
[illegible] [illegible] गतीं

याच्या मागंपुढं आजूबाजूला कुणीच नाही
एकटाच वाजतोय
मरून जाण्याच्या सार्वत्रिक प्रसंगाला
देतोय पार्श्वसंगीत

गतानुगतिक गत वाजत आलेल्या वाद्यांवर
कुतूहलाची बोटं फिरतील काय
उगवतीची लय हा गाठेल काय

हा बँड
धो धो पावसात तर,
वळचणीखाली आलेला

माथेरान

पायाखाली लालजर्द धूळ माथ्यावर रान
रुळांच्या बाजूबाजूनं वाट टळटळीत उन्हात
थंडावा ओलावा ओढूनच आणलेला
भरगर्दीत एकांताचा डमरू वाजवत खेळ चाललेला
दिवस उतरणीला लागताना एक दरी उतरू लागतो
एकटाच उतरताना पाहून एक फाटका कुत्रा सोबत करतो
कड्याच्या टोकापर्यंत राखण करीत
घुटमळत मागंपुढं मूकपणे बोलत राहतो
दिवस टेकतो दूर पर्वतरांगांच्या टोकावर
केशरझळाळी अंगावर ढग ओढून घेतो
निळसर अंधारात पाऊलवाट शोधत परतताना
झपाझप पावलं टाकत डोंगर चढू लागतो
अंधार दाट होताच कुत्रा वाटाड्या होतो
एक अदृश्य दोरी माझ्या गळ्यात
त्याच्या मागं मागं चालताना
मी किर्र भाषेत रातकिड्यांशी बोलू लागतो

सेवाग्राम : एक संध्याकाळ

मातीनं सारवलेल्या त्या कौलारू झोपडीतून
तू कधीच निघून गेलायस
झोपडीच्या चार भिंतींमध्ये सामावणारा
नव्हताच तू कधीही

टेकला होतास म्हणून तुला शोधावं तिथं
पण तू तर वारा होऊन जगभर पसरलायस
तुझ्या टेकण्याचं ठिकाण तुझं पीठ नाहीय
हे ठाऊक असूनही
जे तुझा वारा श्वासातून आत घेत असतात
रक्तात जिरवत असतात
ते येतात तिथं

परिसरभर पसरलेल्या जाड वाळूवर
संध्याकाळचा अंधार दाटतो
झोपडीतही साचतो तुझ्या वस्तूंभोवती
अंधारात मिसळला असतो बकुळीचा गंध
म्हणून तो शुष्क नसतो
वाळूवर टाकल्या जातात लांब फाऱ्या*
न फडफडणारी एक दिव्याची ज्योत
एकतारीची ताठ लय
सामूहिक प्रार्थनेचे स्वर विरळ

एका झाडाखालच्या गोल ओट्यावर
माझ्या बाजूला दूरवरून आलेला एक कवी
आपला एकटेपणा उघड करीत बोलू लागतो
आपल्या कॅन्सरग्रस्त पत्नीला सोडून
कुठला शब्द पाळण्यासाठी मी इथवर आलोय
या विरूपिकेत बांधला जातोय
वास्तव्यानं जागेच्या पुनीत होण्यावर
त्याचाही नसतो विश्वास
तो सांगत असतो तिथं येण्याचा अन्वय

घट्ट होत जाणारी ती संध्याकाळ
त्यातून पाय ओढून काढून
पांढऱ्या शुभ्र मोटारीत बसून परत फिरतो

---

*अरुंद व लांबट असे जाजम, बस्कर, चटई

पुरुषोत्तमदास

पुरुषोत्तमदासचं मनगट थरथरतं
वाऱ्यानं फडफडणाऱ्या ज्योतीसारखं
रेकॉर्ड्सचा गठ्ठा उचलताना
तो अख्खा भूतकाळच उचलत असतो
त्याच्या एका हातानं

ऐसपैस पसरलेल्या लाकडी रॅकच्या
ठासून भरलेल्या खणांमधून
तो काढतो अठ्ठ्याहत्तर आरपीएमच्या रेकॉर्ड्सचा
जडजूड गठ्ठा
रेकॉर्डप्लेयरच्या
स्वत:च्या तंद्रीत फिरणाऱ्या गोल चक्रावर
तो एकामागून एक रेकॉर्ड
अखंडपणे ठेवत जातो
त्यातून उजळत जाते
एकेक रेकॉर्ड मिळवण्यामागील गोष्ट
तो उजेड त्याला असह्य होतो

सांगतो
मुंबईपासून कलकत्त्यापर्यंतचे
सगळे बाजार पालथे घातले
उन्हातान्हात हातात मिळालेल्या रेकॉर्डच्या
जडजूड पिशव्या घेऊन हिंडलो
भरपूर वेळ असणाऱ्या श्रीमंतांचा हा शौक
माझ्यासारख्या शेतकऱ्यानं
जीव ओतून केला

चार चार दिवस पावसाची झड लागायची
तेव्हा रेकॉर्ड्स ऐकल्या
दुष्काळात पाण्याचा थेंब विहिरीत नसे
तेव्हाही रेकॉर्ड्स ऐकल्या
पानगळ होताना काय अन् नवती फुटताना काय
डोक्यात रेकॉर्ड्सच फिरत असायच्या

पण गेली अनेक वर्षं
मी रेकॉर्ड्स ऐकणंच सोडलंय
इथं आजूबाजूला
यात रस असलेलं कुणी नाही
मी तर यात इतका आत गेलोय
की कुणाशी फार जास्त वेळ
फालतू बोलूच शकत नाही
मग लोकही माझ्याशी बोलताना कचरतात

तुम्ही या गावात आलात
इतक्या दिवसांनी अचानक माझ्याशी
हा विषय काढला
आणि मला तर राखेतूनच जिवंत केलंत
सगळं ठेवून दिलं होतं मी कायमचंच
तुम्ही येतो म्हणालात म्हणून
साफसूफ केलं
आणि अचानकच हे सुरू झालं
तो रेकॉर्ड बदलत बोलला

हा व्हॉल्व्हचा ॲम्प्लिफायर
आणि हा छातीएवढा उंच त्रिकोणी स्पीकर
दोन्ही मी
गोंड राजा बख्त बुलंदशाहकडून विकत घेतले

राजासाब रेकॉर्ड्स ऐकण्याचे शौकीन होते
पण त्यांनी
त्यांच्या हयातीतच हे संस्थानदेखील
खालसा केलं आपल्या डोळ्यांदेखत

दलवाडीनं फारशी चव नसताना
त्या सगळ्या रेकॉर्ड्स तिथंच जागेवर
विकत घेतल्या
पुढे त्याच्याकडून त्यातल्या काही मी घेतल्या

माझ्यात भयंकर असूया होती त्यावेळी
एखाद्या दुकानात चांगली रेकॉर्ड दिसली
तर मी तिच्या सगळ्या कॉपीज विकत घ्यायचो
माझ्यानंतर येणाऱ्याला ती मिळू नये म्हणून
खूप वर्षांपूर्वी एकदा कलकत्त्याच्या बाजारात
रेकॉर्ड्स विकणारा मला म्हणत होता
[illegible] की रिकॉर्ड मैं [illegible]
नहीं बेचूंगा
मी म्हणालो ठीकाय् बाबा
पण ही मास्तर कुंदनलालची तर दोन रूपयात
देशील ना?
तो म्हणाला हां ले जाव
आणि मला कुंदनलालची दुर्मिळ रेकॉर्ड
दोन रूपयात रस्त्यावर मिळाली

ही रेकॉर्ड ऐकण्यापूर्वी वाचा काय लिहिलंय ते
गायलीय लल्ली आणि चांद यांनी
पण म्हणजे लता आणि मुकेश यांनी
हे तुम्हाला ऐकल्याशिवाय कळणारच नाही

तो भरभरून बोलत असतो
मी विस्मयचकीत होतो
घाटात वसलेल्या त्या लहानशा गावात
पुरुषोत्तमदासनं जपलेला
पिन ठेवताच लखलखणारा
गरगरत दिपवणारा
खजिना पाहून

शतकाच्या सुरुवातीपासूनची
अर्धीअधिक दशकं
अनवट सुरेलपणे काळ्याशार गोल रेषांमध्ये
बंदिस्त झालेली

पुरुषोत्तमदास
पांढरेशुभ्र कपडे रापलेला गोरा रंग
कपाळावर गंधाची उणीव
करडेपणा आणि कोरडेपणा
दोन्ही एकदमच डोळ्यात भरणार
नजरानजर झाल्यावर

संध्याकाळच्या आत
घराच्या ओसरीबाहेरच्या ओट्यावर
मांडी घालून बसतो व्रतस्थ साधूसारखा
ऐन तिन्हीसांजेला उठून
देवळात दिवा लावून येतो
देवावर विश्वास असेलही त्याचा

नेहमी ऐकत असलेल्या रेकॉर्डमध्ये
ओळखीची एकेक जागा
एकापाठोपाठ यावी

तशी माणसं परतत असतात शेतावरून
सगळा गावगाडा
दिवेलागणीच्या वेळी संथगतीत चाललेला असताना
पुरुषोत्तमदासचा मेंदू फिरत असतो
अठ्ठ्याहत्तर आरपीएमनं
आत साठवलेल्या खजिन्याच्या जाणिवेनं
चेहऱ्यावर आपसूकच मूकपणा आलेला
तो ऐकत असतो ओट्यावर मांडी घालून
स्वत:चंच ऊनपावसाळी संगीत
मनातल्या मनात रेकॉर्ड उलटताना
त्याला आठवते चुलीसमोर बसलेली त्याची आई
जाळातलं लाकूड हलवून राख झटकणारी
कुठलं संगीत तिच्या मनात वाजत असेल
खरपूस भाकरी उलथतांना

घराच्या आत शिरताच
ओसरीत प्रचंड तक्तपोस
त्यावर शुभ्र खोळ घातलेले तक्के
वर वडिलांची राजबिंडी तसबीर
समोरच्या छोट्याशा चौकात
खिराडी नसलेली बंद बावडी
जेमतेम बादली आत उतरेल एवढी

चारी बाजूंनी उतरत्या छपरावरून
थोडंसं आभाळ चौकात उतरलेलं

भिंतींना निळा नेटका रंग
खाली काळीशार फरशी
वर लाकडी खांबांवर तोललेलं
तेल पिऊन मजबूत झालेलं
काळंशार सागवानी छत

तक्तपोसासमोर सरळ आत जाण्याकरता दार
पलीकडे आतापर्यंत न दिसलेलं अंगण
पडद्याआड एक दार डाव्या बाजूच्या भिंतीत
त्यातून त्यानं आत नेलं
त्या खोलीत चक्रावून टाकणाऱ्या शांततेनं
काळ्याशार रेकॉर्ड्‌सच्या सूक्ष्म खाचांमध्ये
शांतपणे निजलेली हजारो गाणी

पसरट लाकडी रॅकमध्ये गच्च थप्प्या
अठ्ठ्याहत्तर आरपीएमच्या रेकॉर्ड्‌सच्या
बाजूला उभट रॅकमध्ये एलपीज् आणि ईपीज्
भिंतीवरच्या रॅकमध्ये ठासून भरलेल्या कॅसेट्‌स
ॲम्प्लिफायरमधून निघालेल्या
तीन वेगवेगळ्या आकाराच्या स्पीकर्सकडे जाणाऱ्या
वायर्सची गुंतागुंत
मध्येच एक बोजड रेकॉर्ड प्लेयर

या खोलीच्या बाजूच्या खोलीत नेऊन
तो दाखवतो
चार मजबूत पायांवर उभा असलेला
रेडीयोग्राम चेंजर
जर्जर स्थितीतला
पण त्याला मृत्यूच्या दाढेतून खेचून काढण्याची
दुर्दम्य इच्छा
पुरुषोत्तमदासची

तो सांगतो
त्याचं श्रवणखोलीचं स्वप्न
त्यातील यंत्रसामग्रीचं वर्णन
पण ते आपल्या आवाक्याबाहेर गेलंय

हे जाणवून त्याचे शब्द
आतून पोकळ होत येतात

कामधंदा सोडून रेकॉर्ड्स ऐकतोस
म्हणत वडील रागावले
तेव्हा मीपण तिरीमिरीत
रेकॉर्ड्स विकायला मुंबईला गेलो
पण तसाच परतलो
स्वत:शीच बोलत तो अखंडपणे रेकॉर्ड्स
बदलत होता
मला त्यानं अचानकच
एकदमच स्वीकारलेलं होतं
उलट फिरून स्थिरावलेल्या काळाच्या त्या कप्प्यात
मी एकाग्र होऊन ऐकत होतो
तो उठला
आतापर्यंत लक्षात न आलेल्या एका आलमारीचं
त्यानं दार उघडलं

आतून कागदात गुंडाळलेला एक अल्बम काढला
त्यातून त्यानं रत्नजडित ऐवजासारखी
एक रेकॉर्ड अठ्ठ्याहत्तर आरपीएमची
बाहेर काढली
हा लताचा रेकॉर्ड झालेला
पहिला आवाज

प्लेअरच्या गरगरत्या गोलावर रेकॉर्ड ठेवत
त्यानं विचारलं
ते तुमचे जाणकार मित्र विष्णूजी येणार होते ना
दिल्लीहून रेकॉर्ड्स ऐकायला
मी म्हणालो येणार होते खरे

पण सध्या ते पोलंड आणि जर्मनीला
जाण्याच्या तयारीस लागले आहेत
येतील परतल्यावर

हां आपण तर आहोत ना म्हणत
विषय संपवल्यासारखे करत
त्यानं गरगरत्या रेकॉर्डवर पिन ठेवली
रेकॉर्ड खरखर करीत वाजू लागली
तशी त्यानं डाव्या हातानं पिन उचलून
उजव्या हातानं ड्रॉवरमधला ब्रश काढून
हळुवारपणे साफ केली
पुन्हा अलगद रेकॉर्डवर ठेवली

हा असा मध्येच कचरा अडकतो
मग मनच उडतं माझं
महिनोनमहिने रेकॉर्ड्स काढत नाही मी
मुकाट बसून राहतो ओट्यावर
काय खुपलंय ते माझं मलाच कळतं
मग इतरांशी बोलायचं ते काय
आतापर्यंत तरी मी मला पुरत आलोय

लताच्या चौदापंधरा वर्षांच्या कोवळ्या आवाजाचं
मोरपीस
तीन स्पीकर्समधून
अंगावर फिरू लागताच
अंग शहारतं मेंदूला झिणझिण्या येतात

गाणं संपल्यावर गरगर फिरणारी रेकॉर्ड
अंतहीन शांतता वाजवतच राहते

सूर्योदय बघायला जमलेली माणसं

पहाटे तीन वाजता ड्रायव्हरनं दार ठोठावलं
साब तैयार हो जाओ आधे घंटे में

चुरचुरत्या डोळ्यांनी जीपमध्ये बसलो
जीप चढू लागली टायगर हिलचा अंधारा पर्वत
काळ्या रंगाशिवाय कुठलेच रंग दिसत नव्हते
जीपच्या आजूबाजूला उंची नव्हती खोली नव्हती
माथ्यावर पोहोचलो तेव्हा तिथंही फारसं कुणीच नव्हतं
सूर्योदय पाहण्याचे कठडे रिकामेच होते
पर्वतांमधल्या डोंगरांवर अंधार साचला होता
पर्वतांचे शेंडे आकाशात नाहीसे झाले होते
विरुद्ध बाजूनं पिवळा चंद्र झळकत होता
सूर्योदयाची कुठलीही खूण क्षितिजावर नव्हती

हळूहळू तांबडं फुटू लागलं आणि
प्रकाशाच्या गतीनं गर्दी वाढू लागली
मुंग्यांच्या रांगेसारख्या जीप पर्वतावर चढताना दिसू लागल्या
हिमालयातून सूर्यानं उगवण्याच्या
त्या अवाढव्य खेळात सामील होण्यासाठी
दाटीवाटीनं टायगर हिलच्या सुळक्यावर
लोक जमलेले

सूर्योदय बघायला जमलेली माणसं
खूप जोरजोरात एकमेकांशी बोलत होती
कॉफी विकणाऱ्या बायांच्या कलकलाटाला
प्रतिसाद देत कॉफी पीत होती
सूर्य उगवेपर्यंत वेळ कसा काढावा
या विवंचनेनं ग्रासलेली
सिग्रेटी ओढत
सुस्तावून आळसावत

उजळू लागलं तशी लगबग वाढली
रेटारेटी सुरू झाली
रेलिंगपर्यंत पोहचण्याचा प्रत्येकाचा प्रयत्न
अथांग खोल दऱ्या आणि एकामागं एक असलेल्या
पर्वतांच्या कडा स्पष्ट होऊ लागल्या

पूर्वेकडं लाली उजळू लागली तशी माणसं
एकमेकांना दुशा देत पुढंमागं होऊ लागली
गुडघ्याएवढ्या लहान मुलाला खांद्यावर बसवून त्याला
दिसतंय का म्हणून विचारू लागली

आकाश किलकिलं करून सूर्यानं नजरेची
एक तिरीप पृथ्वीवर टाकली तसा एकच
कल्लोळ झाला
लोक सूर्याच्या कोरीकडं बोट दाखवत
एकमेकांना सूर्य दाखवू लागले
त्या सूर्याचं वर्णन जोरजोरानं करू लागले
कॅमेरे सरसावून समोरच्या माणसाच्या गळ्यात पडून
सूर्योदयाचा फोटो काढू लागले
हे पाहून इतका वेळ रेंगाळलेल्या चंद्रानं काढता पाय घेतला.

सूर्याला कलेकलेनं क्षणक्षणाला वाढताना पाहून
लोक आपला थक्कपणा जाहीर करू लागले
अचानक आकाशाला [illegible]
तसं शुभ्र लखलखीत कांचनजंगा
सूर्योदयापासून दूरवर झळझळू लागलं तेव्हा
वेडे व्हायचे राहिलेले लोक किंचाळू लागले

सूर्याची किरणं खोल दरीमध्ये जाऊन
जडावलेल्या धुक्याला हलकं करू लागली
काही धूर्त संभाव्य गर्दीचा अंदाज घेत
आपल्या सोबत्यांना ओढत मागे सरकू लागले

सूर्य पूर्ण वर आला
त्या सुळक्यावर जमलेल्या घोळक्याकडे पाहत
ओशाळवाणं हसला
लागतो मी कामाला म्हणत झपझप चालू लागला

जोखीम पत्करून

कविता लिहीत असताना
एक मुंगी टेबलाच्या कोपऱ्यावरून
दबकत बुजत चालत आली
टेबलावरील पुस्तकांचा ढीग कागदांची चळत
यांना वळसा घालून
दुसऱ्या कोपऱ्यावरील जुन्या डिक्शनरीकडं वळली
ती वाळवी तर नसेल या शंकेचा भुसा डोक्यात पडला
लिहिता लिहिता थांबलो
मागचा पुढचा विचार न करता
हातातले पेन उलटे करून
तिला आहे तिथंच सरळ चिरडून टाकलं
ती कोण होती कुणास ठाऊक
पण शंका नको शंकेचं कारणही नको

मुंगीला कुठलाही आवाज नसतो
तिला कसलंही उपद्रवमूल्य नसतं
तिच्या निर्घृण हत्येनं
मुंग्यांचे लोंढे अंगावर धावून येत नाहीत

तिच्या अशा पद्धतीनं मारले गेल्यानं
कुठल्याही गटाच्या जातीच्या धर्माच्या
भावना दुखावल्या जात नाहीत
मेलेल्या मुंगीची बायकामुलं रस्त्यावर येतील काय
किंवा तिचे मित्र दु:खी होतील काय
याचा विचार करणंही मूर्खपणाचंच आहे

संघटित होणं प्रतिकार करणं सूड घेणं लढा देणं
मुंगीच्या आवाक्याबाहेरचं आहे
कवितेकडून तिला खूप आशा असतात
ती कवितेत शिरण्यासाठीच
लेखकाच्या टेबलावर चालत येते
मात्र तेव्हाही तिच्या अवतीभवती
भय आणि आंधळेपण दाटून आलेलं असतं

ती जुन्या डिक्शनरीतला विस्मृतीत गेलेला शब्द
[illegible]
आणून देऊ शकत नाही मला
कवितेत वापरण्याकरता

ती कोऱ्या कागदावर आपल्या पायांनी
काढू शकत नाही
तिच्या सुखदु:खाची चित्रलिपी

तिला कवीकडून खूप अपेक्षा असतात
म्हणून अभिव्यक्तीची जोखीम पत्करून
ती कवितेत शिरण्यासाठी येते

कवितेत प्रवेश मिळण्याआधीच
चिरडली जाते

लेखकाच्या आत्मचरित्रातील पुस्तकविषयक काही नोंदी

१

पुस्तकं
मला शोधत येतात
आतून ओढ लागलेली असते त्यांना
मला भेटण्याची

जुन्या मित्राच्या आसुसतेनं
माझा शोध घेतात
एका क्षणी गाठतात
पुढं येऊन
शांतपणे उभी राहतात

त्यांना कधी वाचेन
याची वाट बघतात
वाचलं जाण्याची
त्यांना घाई नसते

अधूनमधून
अस्वस्थ होत
मी पाहतो त्यांच्याकडे
एवढंही पुरतं त्यांना

हाती घेताच
काळीज लकाकतं पुस्तकांचं
डोळे चमकतात

वाचली जात असताना
श्वास रोखून धरतात
माझी एकाग्रता
भंग होऊ देत नाहीत

अर्ध्यातून ठेवून दिल्यानंतर
न हिरमुसता
वाट पाहतात
पुन्हा उचलून घेण्याची

संपूर्ण वाचल्यानंतर
पुस्तकं थकून जातात
आतल्या आत मिटून
माझ्यावर
काय परिणाम झाला असेल
याचा विचार करतात

२

वेश बदलावा
तशी भाषा बदलून
पुस्तकं
जगभर फिरतात

वेगवेगळ्या लिपीतील अक्षरं
अंगभर
गोंदवून घेतात

सगळ्या सीमा ओलांडून
वाऱ्याच्या झुळकीसारखी
सहजगत्या
सर्वदूर पसरत राहतात

३

पुस्तकांना
रूप असतं
डोळे मिटून
स्पर्श केल्यावरही
ते जाणवतं

परिमळ असतो
जो पुस्तक येण्यापूर्वीच
दरवळत येतो

मुखपृष्ठांचे मुखवटे
चेहऱ्यासमोर धरून
पुस्तकं येतात

प्रत्येक पानाची दारं
सताड उघडी ठेवतात

कुठूनही आत
शिरता येतं
पुस्तकात

४

पहिल्यांदाच हाती आलेलं
नवकोरं पुस्तक
पुढं कधी कधी माणसाळतं
हातोहात फिरत
झिजतं

सुरुवातीची
मजकुराआधीची पानं
आधी नाहीशी होतात
नंतर शेवटची पानं
झडतात

अखेरीस
ती प्रतच
दिसेनाशी होते

नवी प्रत घेतल्यानंतरही
तिची आठवण
मनातून जात नाही

पुस्तकं म्हातारी होतात
देठापास्नं त्यांची पानं
विलगू लागतात
तेव्हा त्यांना
अलगद उचलून
ठेवावं लागतं
वयोवृद्ध बापासारखं
जपावं लागतं

५

डोळे मिटून
एखाद्या पुस्तकाची इच्छा
मनात धरावी

डोळे उघडल्यावर
त्याच पुस्तकानं साक्षात
समोर उभं असावं

असं हल्ली खूपदा होतं
मात्र आधी पुस्तकं
दुर्लभच नाही
तर किमती ऐवजासारखी होती

आता चार शतकांपूर्वी
होमिलीजची

एक प्रत घ्यायला
दोनशे शेळ्या
आणि दोन पोती धान्य
द्यावं लागलंय

पुस्तकं बाळगणं
येऱ्यागबाळ्याचं
काम नव्हतंच

तिकडं
सरदार दरकदार उमराव
यांच्याजवळ
आणि मठांमध्ये पीठांमध्ये
पुस्तकं राह्यची

तर इकडं
शेंडीला घट्ट गाठ मारून
पद्मासनात बसायची

फार अंगचटीस आलं
तर अंगठाच
तोडून मागायची

६

पुस्तकं
लिहिली जात आहेत
शतकानुशतकांपासून
छापली कधीपासून जातायत
कुणास ठाऊक

नवव्या शतकात
वांग चे नं छापलेलं पुस्तक
आहेच ब्रिटीश म्युझियममध्ये

पंधराव्या शतकातलं
ग्यूटनबर्ग बायबल
पाहिलेलंय् मी एलिझाबेथियन मेजावर
काचेच्या बंद पेटीत ठेवलेलं
लायब्ररी ऑफ काँग्रेसमध्ये

कोमल कोवळ्या पाडसांच्या
किंवा भ्रूणांच्या
पातळ कातड्याला
गुलाबी जांभळा पिवळा निळा हिरवा
रंग देऊन कमावलेल्या
वत्सपत्रांवरची पुस्तकं
दुसऱ्या हेन्रीच्या रॉयल लायब्ररीतून
आलेली लायब्ररी ऑफ पॅरिसमध्ये
बघताना हरखलोय्

७

पुस्तकं
लिहिली गेलीत
कापडावर
झाडाच्या सालीवर
रेशमी वस्त्रावर
शिंगांवर

शिंपल्यांवर
तांदळाच्या दाण्यावर

गोंदवून घेतली
अंगभर
कोरली
तुरुंगाच्या भिंतीवर

पाचच सहस्त्रकांपूर्वी
अपौरुषेय पुस्तकं
आवाजाच्या खांबांनी तोललेल्या
ओवरीत
राहत होती
वैशंपायनाच्या ओंजळीतून
याज्ञवल्क्याच्या ओंजळीत
नवजात अर्भकासारखी
सोपवली गेली

पुस्तकं
शिश्याची होती
पक्क्या भाजलेल्या
पातळ विटांची होती
नाईलच्या काठावरील
पपायरसवरही
लिहिली गेलीत पुस्तकं

पपायरस न दिल्यानं
चर्मपटांवर
लिहिली पुस्तकं

काळाच्या
माहीत असलेल्या
कुठल्याही कोपऱ्यात
एखादं पुस्तक
दिसतंच
खरं तर
पुस्तकांमुळंच
तो कोपरा
उजळलेला असतो

८

पुस्तकं
भीतीएवढी
आदिम असावी

आग काबूत आल्याचा आनंद
माणसानं
लिहूनच व्यक्त केला असणार

दगडानं दगडावर
आगच नाही
तर चिन्हदेखील काढता येतं
हे त्याला
तेव्हाच उमगलं असणार

९

पुस्तकं
पहिल्यांदा
धर्मग्रंथांच्या रूपात आली
म्हणून पुस्तकांबद्दल मनात
एवढा आदिम आदर
आहे काय

सगळी पवित्र वचनं
पुस्तकांमधून आलीत
मात्र सगळीच पुस्तकं
वचनांएवढी
पवित्र नसतात

धर्माच्या
विचाराच्या
माणुसकीच्याही
विरुद्ध जाण्याचं रसायन
खदखदताना दिसतं
तेव्हा पुस्तकं
अनोळखी वाटतात

१०

पुस्तकं
अचानक
कडेलोटपर्यंत नेतात

चाकूपेक्षा
धारदार होतात

थंड डोक्यानं
माथे फिरवतात

हल्ल्यांमध्ये
दगड काठ्या साखळ्या सळाखी
होतात
भोसकाभोसकीत
सुऱ्याचं काम करतात

दंगलीत
दगडी पाटा होतात
आडवं पडल्यावर
रस्त्यातच
डोक्याचा चिखल करतात

जाळपोळीत
रॉकेलचा पेटता टेंभा
किंवा पेट्रोल बॉंब होतात

चारमिनारच्या सावलीत
भर रस्त्यावर
अंगावर सपासप पडणारे
वार होतात

एके फोर्टीसेव्हनमधून
मिनिटाला सहाशे राऊंडच्या गतीनं
छातीत ओतल्या जाणाऱ्या
आस्तिक गोळ्या होतात

दिवसाउजेडी
बाजारात गाठून
कपाळावर रोखलं जाणारं
रिव्हॉल्वर होतात

मध्यरात्रीला
घरासमोर जमलेल्या घोळक्यातून
दगड होत सरसरत येतात
निनावी पत्रामधून
खुनाची धमकी देतात

अपरात्री फोन करून
दम भरतात

रंगमंच उधळून लावणारे
बेभान प्रेक्षागार होतात

११

पोलादी भिंतीवर
नखाने ओरखडे काढतो
तर सुरू होते पाळीव पाळत

मोकळ्या हवेच्या शोधात
येतात माझ्यासोबत खूप लोक
शुभ्र आखूड वस्त्राचा माग काढणारा
गर्दीतून सरसावतो
ओळख पटताच
रिव्हॉल्वर रोखतो

मिटतात महात्मा
सुटतात मंडेला
ठाय लयीतली जायबंद ट्रायल
डोळ्यांपुढे चमकते मोडलेली निब
काळ्या कापडाआड
बाहेर आलेली जीभ

स्वत:ची ओळख विसरून
रस्त्यावर पळतो
धापा टाकत
तियानेनमेन चौकात पोहचतो

बर्फासारखा थिजण्याऐवजी
ठिणगीसारखा विझतो

१२

पुस्तक छातीशी धरून
मंदिरमशिदीबाहेर
रांगेत उकिडवा बसतो

एका हातात पुस्तक घेऊन
दुसऱ्या हातात
विजेची जिवंत तार
घट्ट धरतो

पुस्तक ओलांडून गेल्यानंतर
मनोरुग्णालयात
श्वसननलिकेत अडकतं
भाताचं शीत
थांबतं श्वासांचं गीत

१३

पुस्तकं नि:शस्त्र असतात
मात्र पुस्तकांवर
हल्ले होण्याचा इतिहास
जुनाच

पुस्तकं
लेखकाला
दहशतीचं ओझं देऊन
परागंदा करतात

आयुष्यभराकरता
मायभूमीतूनच
हद्दपार करतात

लेखकाचं मुंडकं
छाटून आणणाऱ्यास
बक्षीस ठेवतात

पुस्तकं
पिसाटपणात
टराटरा फाडली जातात

पिसेपणातही
फार संयम ठेवून
पुस्तकंच कधीकधी
लेखकाच्या ऐवजी
जाळली जातात

१४

महाकाय
बहामियन बुद्धाला
तोफेच्या तोंडी देणारे
पसरले आहेत
जगभर

कधी खुलेआम
तर कधी बुरखे घेऊन
ते वावरतात

मनातून
कायमचेच
भेदरलेले असतात

महाकाय बुद्धालाच नव्हे
तर जीर्ण झालेल्या

कागदाच्या कपट्यालाही
ते घाबरतात

पुस्तकांवरच नव्हे
तर
जीर्ण हस्तलिखितांवर
भूर्जपत्रांवर
बासनात गुंडाळलेल्या
पोथ्यांवर
चोपड्यांवर
बखरींवर
स्मृतींवर
संहितांवर

शिलालेखांवर
ताम्रपटांवर
मुद्रांवर

सनदींवर
आज्ञापत्रांवर
राजपत्रांवर
नोंदींवर
दस्तऐवजांवर

ते झुंडीनं
हल्ला करतात

विळख्यात आलेली साधनं
फाडून फोडून
नष्ट करतात

पुस्तकांचं
जनात ठाम उभं राहणं
मनात रुजणं
सत्तेला सरळ शह देणं
ज्यांना सलतं
ते पुस्तकं नष्ट करू पाहतात

लाखेची घरं बनवून
लेखकाला
आवतण देतात

१५

पुस्तकं
इतिहासाचं गूढ हास्य
हसतात

इतिहास बदलू न शकणारे
पुस्तकंच बदलतात
त्यांचं पावित्र्य भंग करतात

पुस्तकांमधून
आपण
चिरकाल टिकू
असं समजून
लिहवूनही घेतात
आपापल्या सोयीची पुस्तकं

पुस्तकांवर आपला झेंडा रोवून
पुस्तकांच्या छातीवर
पाय ठेवून उभं राहिल्यानं
पुस्तकांवर ताबा मिळवलाय
असं सिद्ध होत नाही

१६

पुस्तकं
भूतकाळाची
जाडजूड कातडी फाडतात
आणि दाखवतात काळाची पोटातली
इतिहासाची काळी आतडी
ती ज्यांच्यासाठी
गळफास ठरू शकते
ते पिटाळतात पुस्तकांना

दारं खिडक्या
घट्ट बंद करतात
वेशीवर गस्त वाढवतात
सीमेवर
नाकेबंदी करतात
जमावबंदी संचारबंदी
सारं आजमावून पाहतात

तेव्हा पुस्तकं
फुलपाखरं होऊन
उडत येतात

लेखकाच्या कवीच्या
बोटांवर
अलगद येऊन बसतात
टिपलेले पराग
त्याच्या लेखणीच्या शाईत
सोडतात

१७

पुस्तकांना मिळतो
समूहाचा स्वर
तेव्हा ती
समुद्राच्या लाटांसारखी
रोरावतात

गाठतात अफाट उंची
तेव्हा
ताऱ्यांसारखी
अढळ होऊन
लुकलुकतात

डोळ्यांना दृष्टी देतात
आवाजाला स्वर देतात
जखडलेल्या हातापायांना
मोकळी हालचाल देतात

तणावाची काटेरी कुंपणं तोडणारी
करवत होतात

हातापायांना बांधलेली दोरी तोडणारा
चाकू होतात

१८

पुस्तकं
शिंपला होऊन
भाषा जपतात
उदक होऊन
कोंब रुजवतात

पेंग्वीन होऊन
मैलोनमैल
प्रवास करीत येतात

सुगरणीसारखा
खोपाच नाही तर
सुतारासारखी
खोल घरंही करतात

ग्रंथालयातल्या कपाटात
विलक्षण संयमानं
उभी असलेली पुस्तकं
घारीच्या तीक्ष्ण नजरेनं
काचेबाहेर पाहत असतात

अनेक पुस्तकं
वटवाघूळांसारखी निश्चिंत होऊन
उलटी लटकल्यागत असतात

उग्र ऋषीसारखं तप करीत असलेल्या
पुस्तकांना
उघडण्याचं धैर्य
एखाद्यातच असतं

रंगीत चिमण्यांसारखी
कोंबड्याबदकांसारखी
थव्यानं ठेवलेली पुस्तकं
चिवचिवाट करीत
हाताळणाऱ्यांना
न्याहाळत राहतात

पुस्तक तर
लगदा होऊन कागद झालेली
झाडाची फांदी
म्हणूनच असतं
भटक्या पाखरांकरता सांदी

होऊही शकतं
एका विराट ऑपेराची
अनपेक्षित नांदी

१९

पुस्तकं
निरोपादाखल पाठवलेल्या
कोऱ्या कागदाच्या
पाठी येतात

प्रवाहात बुडूनही
काठी येतात

दार बंद करण्यास
ताटी होतात

भाकरी थापतांना
आपसूक
ओठी येतात

या जन्मी
लिहिण्याची राहून गेली
तर गर्भ होऊन पुढल्या जन्मी
पोटी येतात

सात समुद्र
वेगानं पार करीत
पुस्तकं

मला भेटायला येतात
तेव्हा
पृथ्वी
लिलीचं पिवळं फूल होऊन
हसते

२०

पुस्तकं
स्थितप्रज्ञासारखी
स्थितिशील

माणसांच्या जगात
ईश्वरानं
लुडबुड करावी
तशी
पुस्तकांच्या विश्वात
माणसं
आगंतुकासारखी
धडपडतात

पुढील दोन पाय
उंचावत
मागील दोन पायांवर
उभं राहत
जिराफासारखी
मान वर करणाऱ्या
बकऱ्यांना
पुस्तकं
मनसोक्त पाला
आयुष्यभर
ओरबाडू देतात

पायी चालणार

कोट्यवधी वर्षांच्या प्रयत्नानं साधलेलं
ताठ उभं राहून पायी चालणं
मुश्किल होण्याच्या काळात
मी जगतो आहे
पायाखाली भरभक्कम उभी राहणारी माती
खचता खचता
पायी चालणं दुष्कर होण्याच्या काळात
मी जगतो आहे

पायी चालताना
पायी चालणाऱ्यांचेच अवशेष
पावलोपावली विखुरलेले दिसतात
अवशेष भग्न असतात जिवंत असतात
जमिनीला खिळलेले असतात
त्यांच्या वास्तवात बाकीचे लोक
स्वप्नासारखे वावरत असतात
आजूबाजूनं वेगानं वाहणाऱ्या स्वप्नांच्या गतीनं
पायी चालणारे जागच्या जागी
भोवंडून जातात

दाटीवाटीनं नाइलाजानं अंतहीन वाट
तुडवत असताना
शेजारी एक ट्रेन येऊन उभी राहते
बारकुळे पाय ढगासारखे हलके होतात
ट्रेनमध्ये चढतात
गाडी सुटण्याआधीच टीसी
धक्के मारून प्लॅटफॉर्मवर ढकलून देतो
कोलमडून भानावर येत
चंबूगवाळं उचलून
पुन्हा पाय चालू लागतात
चालताना काटेही मोडून पडतात
पायाच्या घट्ट्यांमध्ये घुसत नाहीत
अंगात भिनलेली कष्टाची लय
झपझप पावलं टाकायला लावते

हा देश
पायी चालणाऱ्यांचाच देश आहे
फार कमी लोकांजवळ आहे
पायडल मारण्याकरता सायकल
त्याहूनही कमी लोकांजवळ
मागून येणाऱ्यांच्या नाकात
धूर सोडणारी बाईक
मूठभरच लोक
जमिनीला स्पर्शही न करता फिरतात

मी मान खाली घालून
पायी चालू लागतो
तर रस्ताभर थुंकीच पडलेली दिसते
कालची परवाची आजची आत्ताची थुंकी
पानाची सुपारीची तंबाखूची किंवा नुसतीच
सगळी पृथ्वीच माणसांनी
थुकदाणी करून टाकली असं वाटतं
मग मी मान वर करून चालू लागतो
गार हवेच्या थराच्या वरच्या
निळ्या चकचकीत आकाशाकडं पाहतो
तर पक्षी उडताना दिसतात तर मी त्यांना
पंखांनी वाऱ्यावर पायी चालत आहात काय
असं विचारतो तर ते हसून
कलकलाट करत एक उंच गिरकी घेत
झर्रकन खाली येऊन म्हणतात

पायी चालण्यानं हवाच काय
कुणाचं मनही कलुषित होत नाही
आणखी एक गुपित कानात सांगतात
क़ी मासेदेखील पाण्यात
पायीच चालतात
ठाऊक आहे विचारतात तर
मी छातीभर हवा भरून घेतो
पायी चालण्यास

राम काय नि पांडव काय
सीतेसोबत द्रौपदीसोबत पायीच वनवासाला गेले
बुद्धही पायीच निघून गेला राजवाड्यातून
गांधी पायीच गेला दांडीला
आणि विनोबा भूदान गोदान करीत पायीच हिंडला
हजारो पावलं पायीच जातात
टाळमृदंगाच्या जोडीनं विठ्ठलाच्या ओढीनं
गुरंढोरं किडामुंगीजनावरं सगळे पायी चालतात
जमिनीशी नातं जपणारा प्रत्येकजण
पृथ्वीचा खेळखंडोबा करण्याविरुद्ध
पायी चालत असतो

मीदेखील पायी चालतो निष्ठेनं
आणि पाऊल टाकण्यापूर्वी
जीवनाचे जडाव अंगाखांद्यावर सांभाळत
अधांतरी रिंगण धरणाऱ्या पृथ्वीला
विचारून घेतो
मायबाई, मी तुझ्या अंगावर
भार तर झालो नाही ना

जगातला सगळ्यात स्वादिष्ट सगळ्यात महागडा पदार्थ बनवण्यासाठी

भुकेल्या माणसाच्या ताटातल्या
एका स्वादिष्ट पदार्थात रूपांतर होण्याआधी
जिवंतपणाकडून मरणापर्यंतचा प्रवास
त्याला असह्य यातना सहन करीत
पार पाडावा लागतो

कधी त्याला मानेत चाकू खुपसून कापलं जातं
कधी उलटं करून
सरळ रेषेत पोट कापून उकललं जातं
त्यावेळेसही त्याचं हृदय धडधडत असतंच
चाकूचा स्पर्शही न करता कधीकधी
जिवंतपणीच त्याला मंद आचेवर किंवा मायक्रोवेव्हमध्ये भाजलं जातं

समुद्राच्या निळ्याशार शांत जगातून उचलून आणल्यावर
शिजवण्याच्या क्षणापर्यंत त्याला जिवंतच ठेवलं जातं
कारण तो मेल्यावर त्याचं मांस कडक होऊ लागतं
शिजवण्यापूर्वी एक तर त्याला गार पाण्याच्या भांड्यात ठेवतात

तो फडफडत बाहेर पडू नये म्हणून झाकण ठेवतात
आणि ते भांडं गरम करण्यास ठेवून उकळू देतात
उकळत्या पाण्यासोबत त्याचं जीवनदेखील
हळूहळू वाफ होऊन उडून जातं

किंवा त्याला चिमट्याने धरतात आणि
तो लाल होईपर्यंत त्याच्यावर
गरम पाण्याचा मारा करतात
त्या चटक्यानं तो मरतो

कधीकधी त्याला डीप फ्रीझरमध्ये ठेवतात
तो सुन्न झाल्यानंतर
त्याला सरळ उकळत्या पाण्यात टाकतात
तो एकदम सचेत होऊन तडफडू लागतो
त्याच्या किंकाळ्या मानवी कानाच्या ऐकू येण्याच्या
मर्यादेबाहेरच्या आवाजात असतात
त्याचं मरण मानवी डोळे शांतपणे बघतात

खरं तर तो अतिशय संवेदनशील प्राणी आहे
त्याची मज्जासंस्था पूर्ण विकसित झाली असल्यानं
कापलं जाण्याचं किंवा उकळलं जाण्याचं दु:खं
त्याला मानवाएवढ्याच प्रखरतेनं जाणवतं
इंद्रियांची एक संपूर्ण व्यवस्थाच त्याच्या शरीरात असते
नऊ महिने गर्भवती राहून प्रसूत झालेली त्याची मादी
शिशूवर माणसाएवढाच जीव लावते

आजारी किंवा जखमींसोबत सहानुभूतीनं वागणं
त्यांच्यातही आहे

मानवासोबत झिंग्यांचं असं विलक्षण साम्य आहे
फक्त नातं खाणाऱ्याचं आणि खाल्लं जाणाऱ्याचं आहे

पाण्यातला हवेतला जंगलातला दगडातला
शेतातला मातीतला वाळूतला चिखलातला
कुठलाच जीव आपणहून
माणसाच्या जगात शिरत नाही
प्रत्येकजण आपापल्या विश्वाच्या मर्यादा राखून
पृथ्वीचा तोल सांभाळत जगत असतो
भुकेला माणूस प्रत्येकाच्या स्वयंभू जगात
उर्मटपणे घुसतो विध्वंस करतो
भक्ष्य आणि भक्षकाचं द्वंद्व आदिम आहे
या उक्तीमागे लपायचा तर
माणसाला अजिबातच अधिकार नाही

पृथ्वीच्या पाठीवरची अर्धी माणसं अर्धपोटीच झोपतात
हे ठाऊक असूनही तो जिभेची मागणी पुरवण्यासाठी
सारं काही पदार्थात बदलून टाकण्याचा
अट्टाहास करतो

जगातला सगळ्यात स्वादिष्ट सगळ्यात महागडा
सगळ्यात विलासी पदार्थ बनवण्यासाठी
एवढी क्रूरता तर आवश्यकच आहे

तेहतीस कोटी अपराध पोटात घालून

फसफसून वाहणाऱ्या रस्त्याच्या मधोमध
बसली आहे एक गाय नेहमीसारखीच
वाट चुकून कधीतरी या शहरात आलेली
किंवा रातोरात खाटीकखान्याकडे जाणाऱ्या
कळपातून नजर चुकवून दावं तोडून सुटलेली
या शहरात आता कुणाच्याच घरी गोठा नाही
मग आली कुठून कधी आली कशी आली
ती दिसताच डोक्यात घंटा किणकिणू लागतात

गोरज आठवणींची धूळ उडते
त्वचा थरथरते तशीच
मी तिच्या पाठीवर हात ठेवल्यावर
तिची पाठ थरथरायची जशी

गायीच्या आजूबाजूनं वाहनांची वाहती गर्दी
गायीला चुकवून रिक्शावाले कारवाले जातात
एक ट्रक थोडावेळ थांबून हॉर्न वाजवतो
शेवटी तोदेखील रिव्हर्स घेऊन
बाजूने ट्रक काढतो
या वर्दळीत रस्त्याच्या मधोमध बसलेल्या
गायीला कुणीही उठवत नाही
ती रस्त्याच्या मधोमध का बसली आहे
हे कुणी विचारत नाही
ती का बसली असावी याचा कुणी विचार करत नाही

जोखीम पत्करून या विसंगत रस्त्याच्या मधोमध
बसलेली गाय जिवावर उदार झालेली असते
पण तसा कुठलाच भाव तिच्या चेहऱ्यावर नसतो
ते तिच्या मनातही नसतं
एखाद्याच्या डोळ्यातली संतापाची तिरीप किंवा घृणा
आपल्याकरता असूच शकत नाही
असंच तिला वाटतं
आजूबाजूचा कोलाहल नश्वर आहे
याची खूणगाठ मारूनच ती रस्त्यावर बसलेली

शहरात आल्यापासून गाय विसरली माणसाचा स्पर्श
तिला दिसलाच नाही
पोळ्याला तिच्या वंशाला पुरणपोळीचा घास भरवणारा
बळिवंताचा हात
तिच्या स्तनांना लुचणारं पाडसही नाहीसं झालं

तिला दिलं जातंय ऑक्सिटोसिनचं इंजेक्शन
तिच्या मेंदूत सुखद लहरी निर्माण होतात
तिचा पाझर यंत्राच्या हातातही मोकळा होतो
मांडीत बादली धरून धार काढणारा गोपाळ
आता विस्मृतीत गेलाय तिच्या

खरं तर गायीलादेखील ठाऊक आहे
ती या पृथ्वीच्या पाठीवरचा असा प्राणी आहे
जिच्या विष्ठेनं जागा सारवून
त्यावर ताट मांडून माणूस जेवायला बसत असे
पण आता या जगाचं काहीतरी बिनसलंय
हे तिच्या लक्षात आलंय

तिला कळलं आहे या जगाला आता गाय नकोय
चारा देणं पाठीवरून हात फिरवणं नकोय
शेत नकोय शेत पिकवणारा नकोय
फक्त सकाळी सकाळी टेबलावर ताजा ब्रेड
आणि त्यावर लावायला लोणी हवंय

कसणारा घाम गाळणारा
या जगाला उंबऱ्याबाहेरच हवाय

सृष्टीशी संबंधच नकोय सरळ
गारवाही मोजून मापून हवा
निसर्गातल्या खळखळत्या पाण्यावरही
बाटलीबंद झाल्याशिवाय आता विश्वास बसत नाही
धारोष्ण दुधाचीही
थंडगार पाकीटबंद झाल्याशिवाय ओठात जात नाही

रस्त्यावर बसलेल्या गायीच्या नाकातोंडात
वाहनांचा धूर जातोय
ती विचारात मग्न
तिच्यावरून होणाऱ्या कापकापीकडे
दंग्यांच्या कोलाहालाकडे
लक्षच नसतं तिचं
बाजूने वाहणारे रक्ताचे ओघळ अलिप्तपणे बघत
तिच्याच नावानं निघालेल्या मिरवणुकीकडे अनभिज्ञ नजरेने पाहत
हे जग समजून घेण्याच्या प्रयत्नात गुंग
तिच्या पूर्वायुष्यातील आठवणींचा
आजूबाजूच्या वास्तवाशी काही ताळमेळ बसत नाही

कुठलीच आई दाखवत नाही आपल्या मुलाला
तिच्या डोळ्यातला वात्सल्याचा अथांग समुद्र
कुठलाच हात पडत नाही तिच्या पाठीवर
किंवा मानेखालून फिरत नाही मायेने
तिच्याच कातड्याचे बूट घालून घाईघाईनं
आजूबाजूने जाणारे पाय थांबत नाहीत क्षणभर
हमखास पाठीवर बसणारा कावळाही तिने
पाहिला नाही कित्येक दिवसांत
सोलल्यानंतर सांगाडा साफ करणारी गिधाडे
फक्त तेंडुलकरांच्या नाटकाच्या शीर्षकात उरली आहेत
हे तिला जाणवलं

आपल्याभोवती उभ्या असलेल्या कथा दंतकथा
आता विरघळून गेल्यात
ज्याच्याकरता आपलं आतडं तुटायचं
त्या माणसासोबतचं नातंच तुटलं
नागडेपणाची भावना पहिल्यांदाच आली गायीच्या मनात

नदीच्या उगमासारखं सतत पाणी झरतंय आताशा
गाईच्या डोळ्यांच्या कोपऱ्यातून
घोंगावणाऱ्या माशा शेपटीने हकलत
तेहतीस कोटी अपराध पोटात घालून
गाय बसली आहे रस्त्याच्या मधोमध
तोंडात आलेली प्लॅस्टिकची कॅरीबॅग चघळत
भवसागर तरून जाण्याचं स्वप्न पाहत

खूप माणूस होऊन

आतून सारखा झिनझिनाट
खूप माणूस होऊन जगावं
खूप माणूस होऊन जगावं

कुणी पडताना दिसताच
धावून सावरावं
झडताना दिसताच
पाणी होऊन मुळापर्यंत पोहचावं

बिनचेहऱ्याच्या गर्दीनं
ओळखीचं हसावं
अनोळखी माणसातही
पाहताक्षणी घुसावं

शब्द इतके सरळ यावे
समोरच्याच्या हृदयात शिरावे

चोराला मिठी मारताच
अपराधबोध जन्मावा
पिसाटाच्या डोळ्यात पाहताच
रक्ताच्या उसळ्या थांबाव्या

बाईला बाईपण मुलाला मूलपण
माणसाला माणूसपण देता यावं

ठेवता यावा हिजड्याच्याही खांद्यावर हात
मंदावलेल्यांची वात उजळता यावी

ऐकू यावा छोट्यातला छोटा आवाज
करता यावं त्याला कवितेत मोठा
सोसता यावेत सगळे आघात
देता यावं प्रत्येक प्रतिकाराला बळ

थांबावं आपल्या उंचीचं सतत घटत जाणं
संपावं नेहमीचं खंतावणं

फेर धरून नाचणारी
सत्त्व गमावल्याची जाणीव
नाहीशी व्हावी कायमची

डोळ्यांदेखत सुटून चाललेली भाषा
यावी परत हातात

माणूसपण सांडावं डोळ्यांतून
बोलण्याचालण्यातून करण्याधरण्यातून
देण्याघेण्यातून

सुटावा घमघमाट माणूसपणाचा
आणि वेढून टाकावं त्यानं
सगळ्या बकालपणाला
कवटाळून टाकावं कोरडेपणाला

माणूसपणाचे दाटून यावेत काळेभोर ढग
सांधावं तडकलेल्या मातीला

खूप माणूस होऊन जगायचंय
खूप माणूस होऊन जगायचंय
पुटपुटत खिसे चाचपडताना
गवसावा हरवलेला बंदा रुपया